'गॉड्स ओन ऑफिस' हे एक अत्यंत वाचनीय पुस्तक आहे. त्यात जेम्सचा निखळ प्रामाणिकपणा दिसून येतो. जेम्स जोसेफ इंडियन 'वॉल्डन' आहे. वॉल्डनप्रमाणेच जेम्सने जीवनासाठी आवश्यक अशा कार्पोरेट जगाशी नाळ न तोडता, निसर्गाशी परत नाते जोडले आहे. जोसेफ इतका साधा, सरळ आहे की, त्याने आजच्या गळेकापू स्पर्धेच्या जगात एक अतिशय मोठा असा चमत्कार केला आहे, यावर विश्वासच बसत नाही.

– अनिल धारकर,
लेखक, स्तंभलेखक व
मुंबई लिटररी फेस्टिव्हलचे संस्थापक.

'जेम्सने असे धाडस करून दाखवलेय, जे बहुतेक नोकरदार लोक व त्यांचे मॅनेजर करू धजत नाहीत. ज्यांना काम व जीवन यांचा सुंदर समन्वय साधायचा आहे, अशा लोकांसाठी हे पुस्तक एक प्रेरक मार्गदर्शक आहे. यात मनाला तजेला देणारी प्रामाणिक हकिगत आहे. लोकांच्या ऊर्जेचा पूर्ण उपयोग करू इच्छिणाऱ्या सीइओ व एचआरडी मॅनेजरनी तर हे पुस्तक आवर्जून वाचले पाहिजे.

– अनिल के. खंडेलवाल,
बँक ऑफ बडोदाचे माजी अध्यक्ष
व 'डेअर टू लीड' पुस्तकाचे लेखक.

‘वैश्विकरणाच्या या युगात एखादा व्यावसायिक जगाच्या पाठीवर कुठेही राहून आपले काम करू शकतो, हे जेम्सने आपल्या खेड्यात राहून केलेल्या कामावरून दाखवून दिले आहे. ‘गॉड्स ओन ऑफिस’ हे भविष्य-काळातील ऑफिस आहे.’

– मोहनदास पै,
अध्यक्ष, मणिपाल ग्लोबल एज्युकेशन.

‘नवीन अर्थव्यवस्थेत परंपरागत नोकऱ्या फार कमी होत जाणार आहेत. यापुढे कंपन्या जास्तीत जास्त विशेष अनुभव असलेल्या सल्लागारांच्या सल्ल्यावर चालतील आणि हे सल्लागार जगातील कुठल्याही कोपऱ्यात राहत असतील; अन् यात घाबरून जाण्यासारखं काहीच नाही. उलट ज्यांच्याकडे अमूल्य अनुभवांचा ठेवा आहे, अशा व्यावसायिकांना त्यांचा सुयोग्य उपयोग करून घेण्यासाठी नवनवीन संधी उपलब्ध होतील. अशा लोकांसाठी भौगोलिक अंतर ही इतिहासजमा झालेली गोष्ट आहे. काम व जीवन यांचा सुंदर मेळ घालणे, ही एक सहजसाध्य पण महत्त्वाची गोष्ट आहे. जेम्स जोसेफने स्वतःच्या उत्स्फूर्त उदाहरणाने ही गोष्ट अशा लोकांना शक्य आहे हे दाखवून दिले आहे. स्वप्ने बघण्याचे धाडस करून तर पाहा.’

– रवी वेंकटेशन,
‘सोशल व्हेंचर पार्टनर्स इंडिया’चे संस्थापक
व मायक्रोसॉफ्टचे माजी अध्यक्ष.

'God's Own Office' या इंग्रजी पुस्तकाचा अनुवाद

देवाजीचं ऑफिस

केरळमधील खेड्यातून जागतिक कंपनीचं काम करणाऱ्या माणसाची यशोगाथा

लेखक
जेम्स जोसेफ

अनुवाद
सुनीता कट्टी

मेहता पब्लिशिंग हाऊस

GOD'S OWN OFFICE by JAMES JOSEPH

First Published in Portfolio by Penguin Books India 2014
Translated into Marathi Language by Sunita Katti

देवाजीचं ऑफिस / अनुवादित अनुभवकथन

अनुवाद : सुनीता कट्टी

Email : author@mehtapublishinghouse.com

प्रकाशक : सुनील अनिल मेहता, मेहता पब्लिशिंग हाऊस,
१९४१, सदाशिव पेठ, माडीवाले कॉलनी, पुणे ३०.

मुद्रक : ट्रिनिटी अॅकॅडमी फॉर कॉर्पोरेट ट्रेनिंग लिमिटेड,
झील कॉलेज रोड, नऱ्हे, पुणे – ४१.

मुखपृष्ठ : चंद्रमोहन कुलकर्णी

प्रथमावृत्ती : मे, २०१८

किंमत : ₹ २४०

P Book ISBN 9789387789531
E Book ISBN 9789387789630
E Books available on : amazonkindle Apple Books Google Play Books

माझ्या पत्नीस, *जी माझ्या आयुष्यातील संकटांच्या काळ्या ढगांची रूपेरी कडा झाली. तिचा दृढ आधार व त्याग पाठीशी नसता तर माझा हा पृथ्वीच्या तीन खंडांमधील विलक्षण वेडा प्रवास पूर्णच झाला नसता.*

माझ्या तीन कन्यकांना, *ज्यांनी आपल्या चिमुकल्या जगात वारंवार घडणाऱ्या बदलांबद्दल कधी तक्रार केली नाही.*

माझ्या स्वर्गीय वडलांस, *ज्यांनी जिवावर बेतलेल्या दोन अपघातांमधील काळात आपल्या शक्तीचा कण न् कण आमचं कॉलेजशिक्षण पूर्ण व्हावं यासाठी खर्ची घातला.*

आणि माझ्या आईकडील कुटुंबास, *ज्यांनी लहानपणीच आई हिरावली गेल्यानंतर माझं ढालीसारखं रक्षण केलं.*

प्रस्तावना

९ ऑक्टोबर १९७४ चा दिवस. आम्ही सर्व चर्चमधून नुकतेच परत आलो होतो. अचानक माझ्या लक्षात आलं की, कुठं तरी काही तरी गडबड आहे. मी माझ्या भोवतीच्या सगळ्यांवर ओरडू लागलो, 'अय्यो निन्गलात्तरम एंटे अम्माचिये पल्लीन्रु कोंडुवनिल्लेय. पोयी अम्माचिये कुट्टिकोंडु वा?' (तुम्ही चर्चमधून माझ्या आईला का परत आणलं नाहीत? ती एकटीय ना तिथं? जा, माझ्या आईला घेऊन या.) भोवती जमलेल्या आमच्या खेड्यातील सगळ्यांचे डोळे पाणावले होते. माझी आई कॅन्सरनं गेली तेव्हा मी फक्त तीन वर्षांचा होतो. यानंतर पस्तीस वर्षांनी मी ॲटलांटातील फिलिप्स अरेनाच्या स्टेजवर मायक्रोसॉफ्टचे सीइओ स्टीव्ह बालमेर यांच्याकडून कंपनीचा अत्युच्च पुरस्कार स्वीकारत होतो. समोर पसरला होता मायक्रोसॉफ्टचा जगभरातून आलेला चौदा हजार लोकांचा प्रचंड जनसमुदाय. मी पुरस्कार घेताना, पृथ्वीवरील तीन खंडांतील ज्या ज्या लोकांबरोबर मी काही काळ काम केलं होतं, त्या सर्वांनी टाळ्यांचा प्रचंड कडकडाट केला. माहिती तंत्रज्ञान या क्षेत्रात काम करणाऱ्या माझ्या वयाच्या बऱ्याच जणांच्या अशाच यशोगाथा आहेत. फरक एवढाच आहे, की हा पुरस्कार घेण्यासाठी मी माझ्या त्याच खेड्यातून गेलो होतो, जिथं कित्येक वर्षांपूर्वी मी अनेकांना रडवलं होतं.

या पुस्तकातील पहिल्या प्रकरणात मी देवाजीच्या ऑफिसात काम करताना अनुभवास आलेल्या माझ्या आयुष्याचं वर्णन केलं आहे. अशा प्रकारचं आयुष्य जगताना मी एकीकडे नवीन इंडियाच्या आर्थिक व्यवस्थेची भरभराट व्हावी म्हणून करत असलेल्या कामाचा आनंदही उपभोगत होतो आणि दुसरीकडे शेकडो वर्षांपासून चालत आलेल्या आपल्या प्राचीन भारतीय समाजाच्या छायेत राहण्याचं सुखही अनुभवत होतो. दुसऱ्या प्रकरणात वर्णन आहे, एका सर्वसामान्य प्रवासाचं. भारतातील लहान शहरातील होतकरू शिक्षित तरुण जागतिक स्पर्धेत टिकून राहण्यास सक्षम होण्यासाठी जगातील मोठमोठ्या शहरात जाऊन कसं काम करतात याचं. तिसरं प्रकरण आहे, माझ्या परतीच्या प्रवासाचं. पंधरा वर्षांत परिश्रमपूर्वक मी आपल्या व्यावसायिक जीवनात जो टप्पा गाठला होता, त्याला लवमात्र धक्का न लागू देता, आपल्या अटींवर कायम राहून घरी परत येण्याच्या प्रवासाचं. आपल्या स्वतःच्या गावी आपलं व्यावसायिक जीवन कसं थाटानं उभारलं जाऊ शकतं, याचं या प्रकरणात तपशीलवार वर्णन आहे. गावी परत आल्यावर काम आणि कौटुंबिक जीवन याचा सुंदर मेळ मला कसा घालता येईल याचा प्रत्यय आला. या प्रत्ययानं, अनुभवानंच मला आपल्या परसातील फळांच्या साहाय्यानं एक नवा उद्योगधंदा सुरू करण्याची प्रेरणा दिली. मग स्वतःचा व्यवसाय सुरू करून त्याला नावारूपास आणण्याचा माझा नवाच प्रवास सुरू झाला. चौथ्या प्रकरणात मी मार्गदर्शकाच्या भूमिकेत आहे. इथं मी जगाच्या प्रांगणात यशस्वी झालेल्या व्यावसायिकानं घरी परत येऊन स्वतंत्र उद्योगधंदा सुरू करण्यासाठी देवाजीचं ऑफिस कसं सुरू करावं, याचं पूर्ण मार्गदर्शन केलेलं आहे. शेवटच्या प्रकरणात कंपन्यांनी ही संकल्पना का अमलात आणावी, याची साधक-बाधक चर्चा केलेली आहे.

दोन शब्द

तुम्ही भारतात राहून इंडियासाठी काम करू शकता का?

तिशी संपत आलेले जेम्स जोसेफ मायक्रोसॉफ्टच्या डायरेक्टर पदावर सुखेनैव नोकरी करत होते. एकदा त्यांनी सुट्ट्यांमध्ये सपरिवार आपल्या मायभूमीस, केरळला जायचं ठरवलं. आपल्या घराच्या अंगणातील फणसाच्या झाडावरील फणस खाताना त्यांची सहा वर्षांची मुलगी तृप्त होऊन म्हणाली, ''डॅडी, किती छान आहे हा फणस! मला दर वर्षी या झाडाचा फणस खाता आला तर किती मजा येईल!''...आणि जेम्सच्या मनातील निश्चयाला बळकटी आली.

काही अंशी स्वतःच्या आठवणी आणि काही अंशी जीवनातील ध्येय कसं साधावं हे सांगणारी विलक्षण कहाणी आहे ही. ही कहाणी सुरू होते केरळमधील एका लहानशा गावात आणि जाऊन पोहोचते अमेरिकेत. बहुराष्ट्रीय कंपनीच्या वरिष्ठ अधिकारी पदापर्यंत. मग ती परतते केरळमधील जेम्सच्या मूळ गावी. आपल्या खेड्यात राहून जेम्स जागतिक बाजारपेठेतील यशस्वी उद्योजक होऊन दाखवतात.

शहरात राहून वैतागलेल्या माणसानं आपलं जीवन सरस, स्फूर्तिदायक कसं करावं, याबद्दल काही उपयोगी सूचना व तंत्रही तुम्हाला या पुस्तकात मिळतील. आपलं घरचं म्हणजेच देवाजीचं ऑफिस कसं सुरू करावं, स्थानिक समाजात कसं समरस व्हावं, मुलांना कोणत्या शाळांमध्ये घालावं, आपल्याला

आपल्या गावात राहून कंपनीचं काम करायची संधी मिळाली तर त्यामुळे कंपनीचा फायदा कसा होईल हे वरिष्ठ अधिकाऱ्यांना कसं समजवावं, यांसारख्या अनेक गोष्टी पुस्तकात खुलासेवार दिलेल्या आहेत.

अनुक्रमणिका

Mehta Publishing House, Pune 411030.
© +91 020-24476924 / 24460313 / Mob. No. 9545000513
Email : production@mehtapublishinghouse.com
Website : www.mehtapublishinghouse.com

इंडियासाठी काम करताना भारतात राहणं

मोठा मासा बनून मोठ्या जलाशयात राहणं आणि लहान मासा बनून लहान तलावात राहणं, या दोन्ही गोष्टी मनाला सारखंच समाधान देतात. पहिली गोष्ट आपल्या व्यावसायिक बुद्धीला आव्हान देऊन संतुष्ट करते आणि दुसरी गोष्ट आपल्या भावनाप्रधान मनाला संतुष्ट करते, या निर्णयाप्रत मला माझे दोन अनुभव घेऊन आले आहेत.

कित्येक वर्षांपूर्वी मी आपला अमेरिकेचा व्हिसा घेण्यासाठी चेन्नईला निघालो होतो. आमच्या खेड्यातील लहान स्टेशनला, पिरवोम रोडला मी आगगाडीत चढलो. गाडी स्टेशन सोडणार इतक्यात एक सहा फूट उंचीचा, बांधेसूद शरीरयष्टीचा गृहस्थ गाडीत चढला. आल्या आल्या तो पटकन माझ्या सीटवरल्या बर्थवर चढला आणि डब्यातील कुणाचीही दखल न घेता चक्क झोपून गेला. तो सेकंड क्लासमध्ये नेहमी प्रवास करणारा प्रवासी वाटत नव्हता आणि गाडीच्या बर्थमध्ये त्याचं उंचपुरं शरीर मावतही नव्हतं. तासाभरात तो खाली उतरला; आम्हा सगळ्यांच्या बरोबर बसला आणि एका वयस्क जोडप्याबरोबर गप्पा मारू लागला. ते जोडपं ओरिसातील एका शाळेला जायला निघालं होतं. त्या पतिपत्नीनं त्या

शाळेत तिसेक वर्षं शिकवलं होतं. शाळेच्या वाटचालीतील त्यांच्या या भरीव सहयोगाचा सन्मान करण्यासाठी शाळेनं एक खास समारंभ आयोजला होता. ती दोघं त्या समारंभासाठी चालली होती. ती दोघं शिक्षक आहेत हे कळताच त्या गृहस्थानं एका क्षणाचाही विलंब न करता आपल्याला शिक्षकी व्यवसायाबद्दल किती आदर आहे हे त्यांना सांगितलं. बोलता बोलता त्यानं सांगितलं की, तो स्वतः थायलंडमध्ये खूप वर्षं काम करून आपल्या कुटुंबासमवेत केरळमध्ये राहायला परत आला होता. मी आपली मास्टरची डिग्री घेऊन इंग्लंडमधून नुकताच परतलो आहे आणि नोकरीसाठी सॅन फ्रान्सिस्कोला जात आहे, हे ऐकून त्यानं स्वतःबद्दल आणखी थोडी माहिती मला सांगितली.

त्यांचं नाव होतं थॉमस कोशी. दोन वर्षांपूर्वी आदित्य विक्रम बिर्लांचं निधन होईपर्यंत ते बिर्ला ग्रुपच्या 'थाइ कार्बन प्लँट'चे प्रेसिडेन्ट होते. एम.आय.टी. मध्ये शिकत असताना ते आणि बिर्ला रूममेट होते. डॉ. कोशींनी एम.आय.टी.मधून पीएच.डी. पूर्ण करताच बिर्लांनी त्यांना नोकरीसाठी आपल्या उद्योगसमूहात बोलावलं. बिर्लांचं निधन झाल्यावर कोशींना वाटलं की आता आपण कुटुंबासमवेत आपल्या मूळ गावी परत जावं. आपण मोठं झालो तिथंच आपल्या मुलांना मोठं होताना पाहावं. ते म्हणाले की, बिर्ला उद्योगसमूहाचे नवीन चेअरमन कुमारमंगलम बिर्ला त्यांना नेहमीच आपल्या काकांच्या स्थानी मानायचे. तसंही कुमारमंगलमनं समवयस्क लोकांना घेऊन आपली व्यवस्थापनाची टीम बनवली, हे डॉ. कोशींना योग्यच वाटलं होतं. केरळला परतल्यावर डॉ. कोशींनी मसाले निर्यात करण्याचा व्यवसाय सुरू केला आणि ते अशा प्रकारे काळ्या कोळशाकडून काळ्या मिरीकडे वळले.

एका तातडीच्या बिझनेस मीटिंगसाठी डॉ. कोशी चेन्नईला

निघाले होते. तिथं जाण्यासाठी त्यांना विमानाची तिकिटं मिळाली नाहीत. त्या वेळेस भारतात खासगी विमान कंपन्या सुरू झाल्या नव्हत्या. त्यामुळे चेन्नईला पोहोचण्याचा त्यांच्यापुढे एकच मार्ग होता, तो म्हणजे रेल्वेनं चेन्नईला जाणं. माझ्या स्टेशनच्या नावे गाडीत काही राखीव जागा होत्या. पण त्याबद्दल फार कमी लोकांना माहीत होतं. अशाच एका जागेचं तिकीट काढून डॉ. कोशी चेन्नईला निघाले होते.

काळाच्या त्या टप्प्यावर माझं त्यांना भेटणं म्हणजे भीमानं हनुमंताला भेटण्यासारखं होतं. याआधी इंग्लंडला उच्च शिक्षणासाठी जाण्याच्या माझ्या निश्चयामुळे मला इथली लठ्ठ पगाराची नोकरी सोडून द्यावी लागली होती. त्यामुळे सेकंड क्लासनं प्रवास करावा लागतोय, याची मला रुखरुख लागली होती. माझ्या या महत्त्वाकांक्षेपायी मला आपली सगळी बचत खर्ची घालावी लागली होती. जवळ जवळ दोन वर्षं माझी दीड-दमडीचीही कमाई नव्हती. उलट वारेमाप कर्ज झालं होतं. आणि इथं या माणसानं जगातील अतिविख्यात युनिव्हर्सिटीत पीएच.डी. केलेली होती, तीही माझ्या आधीच्या पिढीमध्ये. ते एका मोठ्या कंपनीचे सीइओ होते. जगातील अत्यंत श्रीमंत गणल्या गेलेल्या कोट्यधीशांचे जवळचे मित्र होते आणि तरीही रेल्वेच्या सेकंड क्लास डब्यात माझ्याशेजारी किती आरामात बसले होते. एका मोठ्या जलाशयातील तो मोठा मासा किती सहजपणे लहान तलावातील लहान मासा झाला होता!

ज्या चेन्नई प्रवासात मला डॉ.कोशी भेटले होते, तो प्रवास मी 'एच वन बी' व्हिसा (काम करण्यासाठी दिला जाणारा व्हिसा) मिळवण्यासाठी केलेला होता. व्हिसा मिळताच मी लगेचच्या विमानानं सॅन फ्रान्सिस्कोला जाणार होतो. तिथं डॉट कॉम लाइनमधील सगळ्यांना हव्याहव्याशा वाटणाऱ्या

आय टू टेक्नॉलॉजीतील एक गलेलठ्ठ पगाराची नोकरी माझी वाट पाहत होती. पण कॉन्सुलेट ऑफिसरनं मला व्हिसा द्यायला नकार दिला. त्यासाठी मला आणखी महिनाभरानं यायला सांगितलं. या घटनेमुळे माझ्या बेचैनीचा काळ आणखी वाढला. आणखी एक महिना माझ्या नातलगांना माझा आर्थिक भार सोसावा लागणार होता. अर्थात याच्या बदल्यात, ज्या कुणाला माझ्याकडून जी काही मदतीची गरज होती, ती मी करतच होतो. मला करायला काहीच नसल्यास मी वाचन करत राहायचो किंवा पाठीवर जरुरीपुरत्या सामानाची बॅकपॅक घेऊन भ्रमंतीला निघायचो. आपल्या देशाच्या इतिहास-भूगोलाचा शोध घेत फिरायचो.

आधी लिहिलेल्या घटनेला एक महिना होऊन गेला होता. मी परत रेल्वेनं चेन्नईला निघालो होतो. हातात स्वामी राम यांचं 'लिव्हिंग वुइथ हिमालयन मास्टर्स' हे पुस्तक होतं. माझा डोळा लागणारच होता, एवढ्यात पांढरा शुभ्र पायघोळ झोळणा घातलेले एक उंचेपुरे गृहस्थ माझ्या सीटजवळ आले आणि मला म्हणाले, "बाळ, तू विश्रांती घेतोयस तोवर तुझं ते पुस्तक देतोस मला वाचायला? तू उठल्याबरोबर तुला परत करीन." त्या गृहस्थांचं वय पंचाहत्तरीच्या वर असावं. एक शेंडी सोडता डोक्याचा तुळतुळीत गोटा केलेला होता. मी त्यांना माझ्या हातातील पुस्तक दिलं.

मी झोपेतून जागा होताच त्यांनी ते पुस्तक मला परत केलं.

'छान आहे पुस्तक. एका भारतीय साधूच्या जीवनाबद्दल व त्याच्या दृष्टिकोनाबद्दल छान माहिती दिली आहे. तुझ्यासारख्या तरुण माणसाला हे पुस्तक वाचावंसं वाटतंय हे विशेष आहे. काय करतोस तू?' असं म्हणून त्यांनी माझ्याबद्दल आणखीन जाणून घेण्याची उत्सुकता दाखवली. मला वाटलं की त्यांना

आमच्या समोरच मासेमारी करून सिवान आम्हाला ताजे मासे उपलब्ध करून देतो.

पावसाळ्यातील पूरग्रस्त भागाचे दृष्य

पिकलेली केळी टांगण्यासाठी
लंडनमधून आणलेल्या
कोट टांगण्याच्या हँगरचा
असाही उपयोग

प्रणयमग्न सर्पयुगुल

सांगावं की, ‘अहो, या पुस्तकाच्या आधारावरच तर मी स्वतःला सांभाळून आहे. नाहीतर, अमेरिकन इमिग्रेशन आणि ‘न्यूट्रलाइजेशन’ सर्व्हिसच्या चिनी छळवादानंतर स्वतःला शाबूत ठेवणं मला फार कठीण गेलं असतं. पण मी हाडाचा सेल्समन असल्यानं या गोष्टीला सकारात्मक वळण देऊन खोटं बोलणं टाळायचं ठरवून मी म्हटलं, “अहो, मी इंग्लंडच्या खूप चांगल्या युनिव्हर्सिटीतून पोस्ट ग्रॅज्युएशन केलेलं आहे. सात महिन्यांपासून लास वेगासमध्ये राहतोय. सॅन फ्रान्सिस्कोमध्ये एक खूप चांगली नोकरी मिळालीय मला. त्यासाठीचा व्हिसा घेण्यासाठीच मी आता चेन्नईला चाललोय.”

“वा! लास वेगासमध्ये राहत होतास होय तू? सत्तरीच्या दशकात मी वर्षातून दोनदा लास वेगासला जायचो. प्रत्येक ट्रीपमध्ये मी ग्रँड कॅननला जायचो.” जणू काही आठवणींत रमून गेल्यासारखे ते म्हणाले. याच्यासारखा साधू सिन सिटीला वर्षातून दोनदा जायचा म्हणजे अमेरिकेत प्रचार-प्रसार करणाऱ्या एखाद्या हिंदू संप्रदायाचा महत्त्वाचा माणूस असावा हा- मी विचार केला. पण मग तेच पुढे म्हणाले, “जे.आर.डी. टाटांसाठी काम करायचो मी. एअर इंडिया भारत सरकारच्या ताब्यात जाण्यापूर्वी मी टाटांच्या या कंपनीचा फायनॅन्शियल कंट्रोलर होतो. बोइंग कॉन्फरन्ससाठी मी वेगासला जायचो.”

सत्तरीतले ते गृहस्थ आशियातील सर्वांत मोठ्या विमान कंपन्यांतील एकाचे सीएफओ होते. त्या काळच्या विमान उद्योगातील एअर इंडिया ही कंपनी अगदी मुकुटमणी होती. भारताच्या प्रशंसनीय अशा पहिल्या विमान कंपनीतून सेवानिवृत्त झालेल्या सीएफओला साधूच्या वेशात रेल्वेच्या सेकंड क्लासच्या डब्यात माझ्याबरोबर प्रवास करताना पाहून मला आश्चर्याचा धक्काच बसला. न राहवून मी विचारलंच, “सर, सध्या काय करता तुम्ही?”

''कांची कामकोटीच्या शंकराचार्यांचा मी खजिनदार आहे. आपली प्राचीन गुरुकुल शिक्षण पद्धती परत सुरू व्हावी; जोमानं चालावी, यासाठी आम्ही एक संस्था सुरू केली आहे. तीही मी चालवतो.'' ते उत्तरले. ते जे काही करत होते, त्यात ते पूर्णतः समाधानी होते असं दिसत होतं. माझा निरोप घेण्याआधी त्यांनी माझ्या अमेरिकेतील जीवनासाठी शुभेच्छा दिल्या. तसेच पौर्वात्य तत्त्वज्ञानातील आपला रस टिकवून ठेवण्यास सांगितलं. शेवटी त्यांनी मला दुसऱ्या साधूचे शब्द सांगितले की, 'परक्या देशात राहणं म्हणजे सासुरवाडीत राहण्यासारखं आहे.' मग ते म्हणाले, 'आपण पुरेसं शिकलो आहोत असं वाटलं की, परत आपल्या मायदेशी ये बाळ.'

दोन वर्षांपूर्वी मला भारतातील सर्वोच्च दर्जाच्या सी.एफ. ओं.साठी एक कार्यक्रम आयोजित करायचा होता. यासाठी सगळ्यांनी आपल्या वेळेतले तीन तास द्यावेत, हे त्यांच्यातील वीस जणांना पटवून देण्यासाठी, तिची रूपरेखा आखून, तिची आकर्षक कार्यक्रमपत्रिका तयार करण्यासाठी मला जवळजवळ सहा महिने खर्ची घालावे लागले होते. त्या सहा महिन्यांमध्ये मला त्या विलक्षण साधूची वारंवार आठवण येत होती.

भारतात राहून इंडियासाठी काम करण्याच्या माझ्या चार वर्षांच्या काळात माझं मन नेहमी मोठा मासा आणि लहान मासा यांच्यामध्ये हेलकावे खात असे. सरतेशेवटी माझ्या मनानं आणि बुद्धीनं त्यांचा संपूर्ण मेळ साधला.

कॅप्टन आणि गव्हर्नरच्या मध्ये दोन साप

दिल्लीत कस्टमर एक्झिक्युटिव्ह डिपार्टमेंटच्या खरेदी विभागाच्या ऐंशी प्रमुखांची मीटिंग होणार होती. या मीटिंगचं

आयोजन मी करणार होतो. या महत्त्वपूर्ण मीटिंगची कार्यक्रम पत्रिका तयार करण्याच्या दृष्टीनं मी एकदा आमच्या भारताबाहेरील विक्रेत्याशी फोनवर बोलत होतो. त्यांच्या परिचयाच्या वक्त्यांच्या सूचीवर आम्ही नजर टाकत होतो. आम्हा दोघांना चांगल्या वाटलेल्या वक्त्यांमध्ये एक रिझर्व्ह बँक ऑफ इंडियाचे माजी गव्हर्नर होते. सध्या ते भारतातील एका फार मोठ्या टेक्नॉलॉजी ट्रेनिंग फर्मचे सीइओ होते. आमचं हे बोलणं चालू असताना मला आमच्या दिवाणखान्यात माझी बायको आणि सगळ्यात लहान मुलीचं तावातावानं चाललेलं भांडण ऐकू आलं. आता कोणत्याही क्षणी एक जोराची किंकाळी मला ऐकू आली असती. त्या ध्वनिस्फोटापासून दूर जाण्यासाठी मी आमच्या बाल्कनीत आलो. आता मी माझ्या भांडणाऱ्या कन्येपासून दोन दरवाजे दूर होतो. माझ्याबरोबर बोलणी करणाऱ्या एजन्सीनं मला इंडियन क्रिकेट टीमच्या एका माजी कॅप्टनचं नाव सुचवलं. एजन्सीच्या मते तो एक प्रेरक व आकर्षक वक्ता होता. आमची ही चर्चा चालू असताना माझं लक्ष सहज खाली गेलं. अपार्टमेंटच्या खाली वाहणाऱ्या ओढ्यात मला काही तरी विचित्र हालचाल दिसली. दोन साप एकत्र येऊन एकमेकांना लगटत होते. पुढे नक्की काय घडणार याची कल्पना येऊन माझं अंग थरारलं. सुमारे पंचवीस वर्षांपूर्वी मी सापांच्या प्रणयाराधनाचं असं चित्तथरारक दृश्य पाहिलेलं होतं. "जेम्स, तू ऐकतोयस ना? मी आपल्या इव्हेन्टसाठी सगळ्यात उत्तम वक्ता सुचवत आहे आणि तुझ्या आवाजात काहीच उत्साह नाहीये. तुझ्या मनात कुणी दुसरा चांगला वक्ता आहे का?" वेंडरनं विचारलं.

"अनुराधा, आत्ता माझ्यापुढे काही तरी फार निकडीचं आणि महत्त्वाचं घडतंय. मी तुला नंतर एसएमएस पाठवतो. नंतर वेळ ठरवून आपण हे बोलणं चालू ठेवू या. तुला असं

मध्येच थांबवतोय, त्याबद्दल सॉरी हं. मग समजावून सांगेन तुला. आत्तापुरतं बाय!'' मी उत्तरलो.

फोन खाली ठेवून मी लगोलग माझा डीएसएल कॅमेरा उचलला आणि शॉर्ट्स मध्येच मी माझ्या फ्लॅटबाहेर धाव घेतली. माझं काय चाललंय हे जाणून घेण्यासाठी बायकोनं मला थांबवायचा प्रयत्न केला पण माझ्याकडे तेवढा वेळ नव्हता. मी जिन्यानंच दडादडा दहा मजले उतरून गेलो. प्रत्येक मजल्यावरून सापांचे फोटो घेत गेलो. सापांचं ते प्रचंड आवेगानं, उत्स्फूर्तपणे एकमेकांना बिलगणं, कवटाळणं, रतिक्रीडा करणं, ते डोळे खिळवून टाकणारं बेभान सर्पनृत्य काही काळ चालूच राहिलं. 'प्रेमक्रीडेत मग्न दोन साप' या शीर्षकासह मी ते क्षणा-क्षणाला टिपलेले फोटो आमच्या कंपनीच्या फोटोग्राफी क्लबला पाठवले. ते लोकांना फारच आवडले. मी कंपनीचं काम करता करता हे साधलंय, हे माझ्या सहकाऱ्यांपैकी कुणालाही कळलं नाही. सापांचे असे चित्तवेधक फोटो घेणं, हा माझ्या दृष्टीनं माझा कॉफी-ब्रेक होता.

माझी शिवरात्र बिघडवणारा थोर राष्ट्रपती

> *'मी भारताला अण्वस्त्र, मिसाइल दिलं, कारण दोन दशकं आधी आपल्याला त्याची गरज होती. आता सायबर युद्धात आगेकूच करण्यासाठी भारताला पाहिजे आहेत, सर्वांत चलाख सायबर विध्वंसक, हव्या त्या सायबर स्थळांना भेटी देऊन त्यांना उद्ध्वस्त करून टाकणारे सायबर विध्वंसक. म्हणूनच माझा आपल्या कॉम्प्युटर व्यावसायिकांना, विशेषज्ञांना जगातील सर्वोत्तम हॅकर्स (कॉम्प्युटर विध्वंसक)*

लवकरात लवकर निर्माण करण्याचा आग्रह आहे.'

- डॉ. ए.पी.जे. अब्दुल कलाम, भारताचे भूतपूर्व राष्ट्रपती.

एके दिवशी इंडियन बँक असोसिएशनच्या बँकिंग तंत्रज्ञानाचा बक्षीस समारंभ आयोजित करणाऱ्या एका एजन्सीचा मला फोन आला. त्या समारंभाच्या मुख्य अध्यक्षांच्या विनंतीनुसार हा समारंभ जानेवारी ऐवजी ३ मार्चला आयोजित करण्यात येणार होता. मला ही तारीख चालेल का, हे विचारण्यासाठी एजन्सीनं हा फोन केला होता. या समारंभाशी संबंधित लोकांना विचारून याबद्दल नक्की काय ते कळवीन, असं मी त्या एजन्सीला सांगितलं.

आधी मी माझं कामाचं कॅलेंडर बघितलं. त्यात मी त्या तारखेपुढे लिहिलं होतं, 'प्रवास अजिबात करायचा नाही. वाटल्यास या तारखेवर सुट्टीची खूण करायची.' याचं कारण होतं, हा महाशिवरात्रीचा दिवस होता. मुंबईत हा दिवस मोठ्या महत्त्वाच्या सणासारखा साजरा होतो. त्याहून अधिक महत्त्वाची गोष्ट ही होती, की केरळमधील आलुवा शिवक्षेत्रात, शिव मंदिरात या रात्री शिवभक्तांची भलती म्हणजे भलतीच झुंबड होते. मुख्य म्हणजे हे शिव मंदिर माझ्या अपार्टमेंटमधून सहज दिसतं. नदी जिथं दोन धारांत विभाजित होते, त्या वाळवंटात हे मंदिर आहे. शिवरात्रीच्या रात्री या वाळवंटात आपल्या पूर्वजांची पूजा करण्यासाठी शेकडो, हजारो लोक जमतात. ही परंपरा इतकी प्राचीन आहे की मल्याळी भाषेत म्हणच आहे की 'आलुवा मनपुरथु कंद परिचयम् (कोणाला तरी भेटल्याची अंधूक आठवण)', त्या रात्री मी माझ्या बाल्कनीतून या महोत्सवावर एक पूर्ण फोटो फिचर करायचा

विचार करत होतो. म्हणूनच या अपार्टमेंटमध्ये राहायला आल्या आल्या मी त्या तारखेपुढे 'प्रवास नाही' असं नमूद करून ठेवलं होतं.

मी लगेच त्या एजन्सीला फोन लावून विचारणा केली, "मुंबईत सुट्टीच्या दिवशी तुम्ही हा कार्यक्रम ठेवत आहात. बरे आहात ना तुम्ही? अहो, एरवीसुद्धा मुंबईतल्या बँकर्सना कोणत्याही इव्हेन्टसाठी बोलावणं किती कठीण असतं, हे माहीत आहे ना तुम्हाला? मग महाशिवरात्रीला हा इव्हेन्ट ठेवण्याचा विचारच कसा करू शकता तुम्ही?" माझ्या विचारणेला एजन्सीतील लोकांचं उत्तर होतं,

"जेम्स, आय.बी.ए. (इंडियन बँकर्स असोसिएशन) बोर्डने याबाबत तपशीलवार चर्चा केली आहे. त्यांचं असं मत आहे की, या विशिष्ट प्रमुख पाहुण्यांसाठी या इव्हेन्टला सुट्टीच्या दिवशीही बँकर्स येतील."

"बरं. पण आहेत तरी कोण हे प्रमुख पाहुणे?" माझा प्रश्न.

"डॉ.ए.पी.जे. अब्दुल कलाम." एजन्सीचं उत्तर. माझ्या डोक्यात क्षणार्धात प्रकाश पडला. इथं श्रोते मिळवणं हा प्रश्नच उद्भवत नव्हता. आता महाशिवरात्रीला मी कुठे असणार होतो? आलुवाला का मुंबईला?... अर्थात मुंबईला.

मागील कित्येक वर्षांपासून डॉ. कलामांनी माझ्या मनावर खोलवर ठसा उमटवला होता. त्यांचं 'विंग्ज ऑफ फायर' (अग्नीचे पंख) पुस्तक मी साद्यंत वाचलेलं होतं. माझ्या मेंटर्सशी (व्यवसायगुरू) माझं आठवड्यातून एकदा दिलखुलास बोलणं होई. हा फोन मी आमच्या गावातील रेल्वेपूल पार करता करता करी. प्रत्येक वेळेस मला डॉ. कलामांचं बालपण आठवे. आपल्या बालपणी डॉ. कलाम त्यांच्या गावचा-धनुष्कोडीचा रेल्वेपूल असाच चालत चालत पार करत असत.

माझ्या सत्तर वर्षांच्या न्हाव्याबरोबर बोलताना मला आणखी एक भीम-हनुमंत भेटीचा क्षण अनुभवायला मिळाला. एकदा मी माझ्या या म्हाताऱ्या न्हावीबुवांना विचारलं, "एक गिऱ्हाईक जाऊन दुसरं गिऱ्हाईक येईपर्यंतचा वेळ तुम्ही कसा घालवता?" यावर त्यानं मला पटकन वर्तमानपत्राचं कव्हर घातलेलं एक पुस्तक मला दाखवलं. ते पुस्तक म्हणजे 'विंग्ज ऑफ फायर'चं मल्याळी भाषांतर होतं. ते पुस्तक त्यानं चार वेळा वाचलेलं होतं. "मधल्या वेळात हे पुस्तक वाचतो मी." तो आदरपूर्वक म्हणाला. मला गंमतही वाटली आणि छानही वाटलं. डॉ. कलामांचं जे पुस्तक मी विमानप्रवासात वेळ घालवण्यासाठी वाचायचो, ते पुस्तक माझा न्हावी गिऱ्हाइकांची खुर्ची रिकामी असताना वाचत होता.

माझं शिवरात्रीचं फोटो शूट एक वर्षासाठी पुढे ढकलण्याशिवाय आता दुसरा पर्याय माझ्याकडे नव्हता. पण मनाला समाधान होतं, की कित्येक वर्षांपासून मनात आदराचं स्थान पटकवणाऱ्या एका थोर माणसाला याची डोळा, डोळे भरून पाहणार होतो.

मी टॉम फ्रिडमनला भेटल्याशिवाय कासवाला मारू नका.

"विनोद, मी मुंबईहून परत आल्याशिवाय तू कासवाला मारणार नाहीस, असं तू मला वचन देत असशील तरच विहीर साफ करायला घे." सीएफओंच्या (मुख्य वित्तीय अधिकाऱ्यांच्या) ब्रेकफास्ट मीटिंगसाठी टॉम फ्रिडमनचे स्वागत करण्याआधी फोन करून मी माझ्या शेजाऱ्याला, विनोदला बजावून सांगितलं होतं.

घरी या विषयावरून विनोद आणि माझ्यात तुंबळ वाग्युद्ध चाललं होतं. वादाचा विषय होता आमच्या विहिरीतील कासव. त्याचं म्हणणं होतं, त्याच्या गरोदर बायकोसाठी त्या

कासवाचं सूप बनवावं आणि माझं म्हणणं होतं, त्या कासवाला पेरियार नदीत सोडून देण्यात यावं. ज्या दिवशी मी मुंबईहून घरी फोन केला, त्या दिवशी विनोद माझी शेतातील विहीर साफ करून कासवाला बाहेर काढणार होता. कासवाच्या भवितव्याबद्दल माझं मन कासावीस झालं, तेव्हा मी मुद्दाम एक लहानसा फोन करून त्या कासवाची जीवनरेखा, मी मुंबईहून गावी परत जाईपर्यंत वाढवली. तेवढं करून मी फ्रिडमनला भेटण्यासाठी ब्रेकफास्ट मीटिंग रूमकडे पावलं वळवली.

मीटिंगमध्ये फ्रिडमनने घोषणा केली की, 'अॅव्हरेज इज ओव्हर' सामान्यांची सद्दी संपलेली आहे. आता सीएफओंना 'स्वस्त प्रतिभे'च्या मागे लागावं लागेल. आजच्या युगात सीएफओंना अशा स्वस्त प्रतिभावंतांच्या मागे लागावं लागेल, जे परदेशी येऊन कामधंदा करणाऱ्या कसबी कारागिरांप्रमाणे तसेच स्त्री वेटर्सप्रमाणे विचार करू शकतील. फ्रिडमन 'दॅट युज्ड टु बी यू एस' (अशी होती अमेरिका) हे आपलं पुस्तक मला देण्यासाठी त्यावर स्वाक्षरी करत होते. त्या वेळेस मी त्यांना म्हटलं की, मी कायमसाठी केरळमधील माझ्या खेड्यात परतलो आहे. त्यासाठी लठ्ठ पगाराच्या नोकऱ्यांना मी कसा नकार दिला हे सांगून त्यांना माझ्या परतीच्या प्रवासाची हकिगत सांगितली. माझं बोलणं ऐकून माझी पाठ थोपटत ते म्हणाले, "माझ्या पुस्तकात सांगितलेल्या स्वस्त प्रतिभावंतांच्या समुदायातील एक आहेस तू."

फ्रिडमनबरोबरच्या मीटिंगनंतर, एक फारच छान बातमी माझी वाट पाहत होती. ती म्हणजे पदार्थविज्ञानाच्या नियमानं माझ्या कासवाचा प्राण वाचवण्यास मदत केली होती.

काही महिन्यांपूर्वी मी माझ्या छोट्याशा कुटीरचं बांधकाम कसं चाललंय हे पाहायला गेलो होतो. माझ्या शेतातील

विहिरीची पाहणी करताना मला तिथं एक पाण्यातील मोठं कासव आणि एक काळा मासा दिसला. ते पाण्याच्या वर कधीतरीच येतं, त्यामुळे मी त्यांना याआधी कधीही पाहिलेलं नव्हतं. मी पटकन त्यांचा फोटो मोबाइलवर घेतला. तो फोटो पाहताच माझ्या मुली आनंदानं चीत्कारल्या, 'हुर्रे! आता आम्ही आमच्या मैत्रिणींना सांगू शकतो की, आमचंही एक पेट (पाळीव प्राणी) आहे.' मलाही आनंद झाला की इंग्लंडहून परत येताना मी त्यांना जे वचन दिलं होतं, ते इतक्या सहजपणे पूर्ण करू शकलो. मी त्यांना कबूल केलं होतं की, भारतात परतल्यावर आपण एखादा पाळीव प्राणी ठेवू या. माझी कल्पना होती की इथं परतल्यावर आपण इंग्लंडप्रमाणेच एखाद्या स्वतंत्र बंगल्यात राहू. त्याच्याभोवती एक सुंदरशी बाग असेल. पण बऱ्याच कारणांमुळे आम्हाला शेवटी एका फ्लॅटमध्येच राहावं लागलं. ती कारणं यथाक्रम पुढील गोषवाऱ्यात येतीलच.

नंतरही एकदा मी जेव्हा आमच्या शेतातील छोट्याशा घरकुलाकडे जात होतो, तेव्हा वाटेतल्या एका पाटात मला एक जमिनीवरील कासव दिसलं. मी लहान असताना माझं स्वतःचं एक कासव होतं. हे कासव दिसायला हुबेहूब त्या कासवासारखंच होतं. त्यामुळे मला माझ्या त्या लहानपणच्या कासवाची आठवण आली.

झालं असं होतं की, आता अमेरिकेत राहणाऱ्या माझ्या मोठ्या भावानं केरळमधील एका आदिवासी खेडेगावात नॅशनल सर्व्हिस स्कीमचा एक कॅम्प भरवला होता. त्यातील एक कार्यक्रम म्हणून त्याच्या कॅम्पमधील मुलांनी त्या खेड्यातील लोकांसाठी संडास बांधून दिले होते.

त्या खेड्यातील प्रमुखानं कृतज्ञता व्यक्त करण्यासाठी माझ्या भावाला जमिनीवरील एक कासव भेट म्हणून दिलं

होतं. साहजिकच ते आमच्या घरी आलं. त्या कासवाला पाळणं फार सोपं होतं. ते घरभर फिरायचं. त्याच्या वाटेत कुणी आलं की ते चक्क त्या माणसाच्या पायावर चढायचं. ध्यानीमनी नसताना असं काही घडलं तर लोकांची 'त त प प'व्हायची. गंमत म्हणजे हे कासव हळूच घरातून सुंबाल्या करायचं. मग त्याला शोधता शोधता आमच्या नाकी नऊ यायचे. अंगणात पसरलेल्या पालापाचोळ्याचा आणि या बेट्याचा रंग एकच असल्यानं त्याला शोधणं फार अवघड व्हायचं. माझ्या भावानं यावर एक गंमतशीर उपाय शोधला. त्यानं कासवाच्या पाठीवरील एक आड एक खवले पांढऱ्या रंगानं रंगवले. आता त्याला शोधणं फारच सोपं झालं. कारण तो एखाद्या चालत्या चेसबोर्डसारखा दिसायचा. आता आमची त्याला शोधायची काळजीच मिटली. त्यानं कधीमधी पळून जायचा प्रयत्न केला तरी खेड्यातील कुणीतरी त्याला पाही आणि आमच्याकडे आणून सोडी.

उच्च शिक्षणासाठी माझी भावंडं खेड्याबाहेर पडायला लागली. मी होतो घरातील शेंडेफळ. इंजिनिअरिंगचं शिक्षण घेण्यासाठी माझी खेड्याबाहेर पडायची पाळी आली, तेव्हा त्या कासवाची देखरेख करायला कुणीच उरलं नाही. मग नाइलाजानं त्याची रवानगी दिल्लीतील एका शाळेत झाली. माझे काका कॅथॉलिक प्रीस्ट व त्या शाळेचे प्रिन्सिपॉल होते. आपल्या शाळेतील पाळीव प्राण्यांच्या छोट्याशा झूमध्ये मोलाची भर पडेल, असा विचार करून ते त्याला दिल्लीला घेऊन गेले. पण त्या कासवाचं दुर्दैव! दिल्लीतील माळ्याला वाटलं की, सगळी कासवं पाण्यात राहतात. त्यामुळे त्यानं आमच्या कासवाला रात्रभर एका पाण्याच्या बादलीत ठेवलं. दुसऱ्या दिवशी पाहिलं तर बिचारं कासव मेलेलं होतं.

कासवाला पाण्याच्या पाटात पाहताच मला स्वतःच्या

कासवाचं दुःखद मरण आठवलं आणि माझ्या विहिरीतील कासवाला नदीत सोडलं पाहिजे, हे लक्षात आलं.

मी माझ्या मुलींना समजावून सांगितलं की, आपल्या कासवाला विहिरीत खूप एकटं एकटं वाटत असणार. आपण त्याला नदीत सोडायला पाहिजे. म्हणजे मग त्याला एखादा मित्र मिळेल. यावर माझ्या मधल्या मुलीचं म्हणणं होतं की, ते कासव आपण पाळलेलं आहे. त्यामुळे मी आधी आणखी एक कासव शोधून त्याला पाण्यात सोडलं पाहिजे, तरच त्या आपल्या कासवाला नदीत सोडू देतील. मग मी त्यांना 'फ्री विली' नावाचा एक पिक्चर दाखवला. या पिक्चरमध्ये त्यांच्याच वयाच्या एका मुलानं झूमधील एका पांढऱ्या व्हेल माशाला वाचवलेलं दाखवलं होतं. हा पिक्चर पाहून मुलींनी कासवाला नदीत सोडायचा माझा विचार मान्य केला. मी विनोदला विहीर साफ करताना कासवाला पाण्यानं भरलेल्या एका बादलीत ठेवायला सांगितलं होतं.

पण मला आणखी एका आश्चर्याचा धक्का बसायचा होता. विनोदचं म्हणणं होतं की, काही वर्षांपूर्वी त्यानंच या कासवाला जवळच्या एका ओढ्यातून पकडलं होतं. त्यामुळे ते कासव त्याचं होतं. आधी त्याला तो एक खेकडा वाटला होता, त्यामुळे त्यानं त्याला सुरीनं कापायचा प्रयत्न केला होता. अजूनही त्याच्या पाठीवर 'व्ही' आकाराची पांढरी खूण मिळेल. त्यानं पकडलं होतं तेव्हा हे कासव फार लहान होतं. मी हे शेत विकत घेण्याआधीच त्यानं त्याला आमच्या विहिरीत सोडलं होतं. विनोदच्या मते कासवाच्या मांसात औषधी गुण असतात. त्यामुळे त्याच्या गरोदर बायकोनं ते खाल्लं तर तिला त्याचा फायदा होईल. कितीही समजावलं तरी विनोद त्याचा हट्ट सोडायला तयार नव्हता.

पण मलाही दिल्लीला माझ्या पाळीव कासवाच्या बादलीत

झालेल्या मृत्यूची भरपाई करण्याची किंवा एका प्राण्याच्या जिवाचं किती मोल आहे हे मुलींना दाखवण्याची अशी संधी परत मिळणार नव्हती. त्यामुळे मी विनोदकडून ते कासव विकत घेण्याचीही तयारी दाखवली. या शेतात असलेल्या सगळ्या गोष्टींवर कायद्यानं माझा हक्क आहे, यासारख्या तर्कपूर्ण गोष्टी विनोदला सांगायच्या भानगडीत मी पडलो नाही.

फ्रिडमनबरोबरची मीटिंग आटोपताच मी विनोदला फोन केला आणि मला ती छानशी बातमी मिळाली. "सर, कासव आहे त्यापेक्षा पाण्यात फारच मोठं दिसतं... म्हणजे गेल्या दोन वर्षांत त्याच्यात फारशी वाढ झालेली दिसत नाही. शिजवण्यासाठी फारच लहान आहे ते. तुम्हाला पाहिजे तर घेऊन टाका तुम्ही सर!" विनोद म्हणाला. फिजिक्स म्हणजेच पदार्थविज्ञानाचा एक साधा नियम आहे. तो म्हणजे वस्तू हवेत म्हणजेच जमिनीवर दिसतात त्यापेक्षा पाण्यात खूप मोठ्या दिसतात. त्यातून जमिनीवर आल्यावर कासव आपलं अंग आखडून घेऊन आपल्या कवचात लपलं असणार. त्यामुळे त्याचा आकार एक तृतीयांश दिसत असणार. त्या दिवशी संध्याकाळी एअरपोर्टहून घरी जाताना त्या छोटुकल्या कासवाला घरी नेण्यासाठी मी वाट वाकडी करून आमच्या शेतातल्या घरी गेलो आणि त्याला घरी नेल्यावर आमच्या अपार्टमेंट कॉम्प्लेक्समध्ये ती संध्याकाळ 'कासव स्पेशल' झाली. काही वेळ मी मुलांना त्या कासवाशी मोकळेपणानं खेळू दिलं. मुलांचे व कासवाचे छान फोटो घेतले आणि मग आम्ही सगळ्यांनी मिळून त्याला नदीत सोडून दिलं. ते बेटंही मजेत पोहत पोहत दूर निघून गेलं.

कासवाशी खेळताना माझी मधली मुलगी सारखी म्हणत होती की, त्याचं नाक खूप लांब आहे. मी आणि माझ्या

बायकोनं तिला समजावून सांगितलं की अगं, ते त्याचं नाक नाही तर डोकं आहे. नंतर आम्ही कॉम्प्युटरवर त्याचा फोटो मोठा केला तेव्हा आम्हाला दिसलं की, त्याचं नाक खरंच लांब होतं. माझ्या मुलीचे डोळे आमच्यापेक्षा जमिनीच्या खूप जवळ असल्यानंच तिला हे दिसू शकलं होतं. विशेष म्हणजे युनायटेड नेशन्सच्या 'विलुप्त होत चाललेल्या प्रजातींच्या रेड लिस्ट' मध्ये त्याचं नाव होतं. आपण आशा करू या की, त्याला परत कुणी पकडणार नाही आणि त्याचं वजन वीस किलो होईपर्यंत माझी नातवंडं आजी-आजोबा होतील.

❖

जागतिकीकरणाच्या मार्गावर

बालपण व संकटाची पहिली छाया

माझ्या आई-वडिलांचं मी सहावं अपत्य होतो. माझे वडील स्टेट बँकेत नोकरीला होते आणि आई शाळेत शिक्षिका होती. सर्व काही छान चाललं होतं. माझ्या वडिलांचा नोकरीत जम बसला होता. नोकरीत त्यांची छान प्रगती होत होती. माझ्या जन्मानंतर डॅडनी शहराजवळ एक नवीन घर बांधायचं ठरवलं. त्यांना वाटलं होतं की, त्यांच्या भावाला खेड्यातील वाडवडिलांचं घर घ्यावं असं वाटेल. पण वडिलोपार्जित संपत्तीच्या वाटण्या झाल्यावर दोन्ही घरांची मालकी माझ्या वडिलांकडेच आली आणि ते आर्थिक अडचणीत आले. त्यानंतर लवकरच माझी आई आजारी पडली. तिला कॅन्सर झाल्याचं निदान झालं. तिची तब्येत सुधारण्यासाठी डॉक्टरांनी तिचं ऑपरेशन केलं, पण त्यात त्यांना कळून आलं की तिचा कॅन्सर इतका पसरलेला आहे की, त्यांना तिला त्याच्यातून वाचवता येणार नाही. हे कमीच होतं म्हणून की काय, एकदा हॉस्पिटलमधून घरी परत येताना माझ्या डॅडच्या स्कूटरला ॲक्सिडेन्ट झाला. जबरदस्त ॲक्सिडेन्ट. त्यांच्या डोक्याला

जबर मार बसला होता आणि ते कोमात गेले होते. माझ्या जन्मानंतर अवघ्या दोन वर्षांत आमच्या सुखी, वैभवशाली कुटुंबावर संकटांची सावली पडली होती. आमचे आई-वडील दोघंही मृत्यूच्या छायेत होते. डॅडच्या अपघाताची बातमी आईपासून लपवून ठेवली होती. तिला वर्तमानपत्र देण्याआधी मृत्यूविषयक शोकसंदेश एकदा नजरेखालून घातले जात. कारण बाबांचं काही खरं नव्हतं. ते कधीही आम्हाला दुःखात लोटून जग सोडून निघून जातील, अशी सगळ्यांना भीती होती. सुदैवानं डॅड मृत्यूच्या दारातून परत आले. तब्बल तीन महिन्यांनी ते शुद्धीवर आले, बरे झाले. पण त्यांची तब्येत पहिल्यासारखी झाली नाही. ती इतकी नाजूक झाली की, त्यांना नोकरीतील महत्त्वाच्या जबाबदाऱ्या पेलण्यासारख्या नव्हत्या. मग त्यांनी आपल्या सगळ्या मुलांना वसतिगृह असलेल्या शाळांमध्ये घातलं. वर्षाच्या आतच आमची आई वारली. आम्ही सहाही जण या वज्राघातातून सुखरूप बाहेर आलो, कारण बाबांनी आपल्या शक्तीचा कण न् कण आणि पगारातील पै न् पै आम्हाला चांगलं शिक्षण मिळावं म्हणून खर्ची घातली. माझ्या आईकडील कुटुंबानं आमच्यावर मायेची सावली धरली. आम्हाला भावनिक आधार दिला. आम्ही सुट्ट्यांमध्ये आणि कधी कधी तर पूर्ण शैक्षणिक वर्ष त्यांच्याकडे राहायचो. आजी-आजोबा, मामा-मामींनी आमची खूप काळजी घेतली.

लहानपणापासून डॅड आम्हाला धीर देत म्हणायचे, 'माझ्या शेंडेफळाचं कॉलेज शिक्षण पूर्ण झाल्यावरच मी रिटायर होईन. म्हणूनच तुम्ही आपल्या शिक्षणात चांगली प्रगती दाखवाल तोवर मी तुमच्या शिक्षणाचं ओझं पेलू शकेन. शिक्षण पूर्ण झाल्यानंतरचं तुमचं तुम्ही पाहायचं.' माझ्या आईचं कुटुंबही आम्हाला दिलासा देई, 'तुमची आई देवाच्या

अगदी जवळ बसलेली आहे. त्यामुळे तुम्ही नीट राहिलात आणि चांगला अभ्यास करत राहिलात तर ती तुम्हाला सगळ्यांच्या पुढे जात राहण्यासाठी आधार देत राहील.' माझ्या जवळचे सगळे लोक मला सतत सांगत की, मी जास्तीत जास्त किती ज्ञान मिळवेन यावर मी या दैवी संकटावर कशी मात करेन हे ठरेल. यालाच मी माझा 'भा-रती मंत्र' म्हणतो. भा साठी असणारी रती किंवा आवड म्हणजे ज्ञानाची उत्कट इच्छा, ज्ञान मिळवण्यासाठी जीव टाकणं.

उंच उडी घेण्यासाठी मिळालेली पहिली आधारफळी

बोर्डिंग स्कूलमधील माझ्या जीवनात मुद्दाम उल्लेख करण्यासारख्या फारशा गोष्टी घडल्या नाहीत. हो, तशा दोन गोष्टी सांगता येतील. एक म्हणजे मला बुद्धिबळात गती होती आणि दुसरी म्हणजे माझं घर नक्की कुठं आहे, हे मित्रांना कसं सांगावं हा मला नेहमी पडलेला पेच. डॅडची नोकरी बदलीची होती. त्यांची दर तीन वर्षांनी बदली होई. शिवाय भाड्याची घरं बदलत राहणं, ही आमच्या बाबतीत अगदी सामान्य गोष्ट होती. कधी कधी आमचं या वेळचं नवं घर कुठं आहे, याचा मी नंतरच्या सुट्टीत घरी जाईपर्यंत अंदाजही नसायचा. बारावीनंतर लगेचच मला महत्त्वाकांक्षेच्या आकाशात उडी घेण्यासाठी पहिली आधारफळी मिळाली. इंजिनिअरिंगच्या प्रवेशपरीक्षेत मला माझ्या सर्व शाळासोबत्यांपेक्षा जास्त मार्क मिळाले. आमच्या लहानशा खेड्यात लगेचच ही बातमी पसरली. त्या वेळेस आम्ही स्थानिक कॉलेजात अकरावी व बारावी करण्यासाठी डॅडच्या खेड्यातल्या वडिलोपार्जित घरात राहत होतो. डॅड फक्त आठवड्याच्या सुट्टीसाठीच तिथं येत. त्यामुळे घर चालवायची जबाबदारी त्या त्या वर्षी कॉलेजात

जायला लागलेल्या मुलावर असे. मी सगळ्यात लहान असल्यामुळे मी इंजिनिअरिंग कॉलेजला जायला निघालो, तेव्हा मला त्या घराला परत टाळं ठोकावं लागलं.

दुसरं मोठं संकट

इंजिनिअरिंग कॉलेजमधील माझे दिवस मस्त चालले होते. प्रवेशपरीक्षा चांगल्या मार्कांनी पास झाल्यानं माझा आत्मविश्वास द्विगुणित झाला होता. मी आता विद्यार्थी संघाच्या कार्यक्रमात उत्साहानं भाग घेऊ लागलो. अजूनही परीक्षांमध्ये चांगलेच मार्क मिळवत होतो, पण ते शाळेतल्या मार्कांइतके नक्कीच चांगले नव्हते. फायनलच्या आधीच्या वर्षात आम्ही फायनल वर्षाच्या निवडणुकीत जय मिळावा म्हणून एक नवीन पार्टी सुरू केली. त्या वर्षी आम्ही निवडणूक तर जिंकली; पण अभ्यासावर ध्यान एकाग्र न करता आल्यानं मला एका विषयात नापासाचा शिक्का बसला. अर्थात फायनल्सच्या आधी मी त्या विषयासाठी परत बसून सहज पास होऊ शकलो असतो. त्यामुळे मी ही गोष्ट फारशी मनाला लावून घेतली नाही.

एव्हाना डॅड नोकरीतून रिटायर झाले होते. आतापर्यंत माझ्या दिल्लीत राहणाऱ्या सर्वांत मोठ्या भावाचंच काय ते लग्न झालेलं होतं. त्यामुळे स्वाभाविकच रिटायरमेन्टनंतर डॅड त्याच्या घरी राहू लागले होते. माझ्या परीक्षेच्या दोन महिने आधी डॅडनी मला एक चेक पाठवला. चेकची रक्कम नेहमीच्या रकमेपेक्षा खूपच जास्त होती. चेकबरोबर पाठवलेल्या पत्रात त्यांनी लिहिलं होतं, 'मी पाठवलेल्या पैशांचा तू योग्य विनियोग करत असशील याची मला खात्री आहे. त्यामुळे मी तुला तुझ्या शिक्षणासाठी राखून ठेवलेली सगळी रक्कम पाठवत आहे. आणखी पैशांची गरज भासण्याआधी तुला

नोकरी मिळालेली असेल अशी आशा आहे.' हे डॅडनी मला पाठवलेलं शेवटचं पत्र होतं. माझ्या फायनल परीक्षेच्या सुमारास मला माझ्या मोठ्या भावाचा फोन आला. फोनवर त्यानं त्याच्या बाइकला छोटासा अपघात झाल्याचं व मागे बसलेले डॅड खाली पडल्यानं त्यांच्या डोक्याला मार बसल्याचं सांगितलं. ते अजून शुद्धीवर आले नव्हते. भावानं मला परीक्षा पूर्ण करूनच डॅडना भेटायला यायला सांगितलं. मी दिल्लीला गेलो तेव्हा डॅड कोमातच होते. आठवड्याच्या आत त्यांची तब्येत सुधारत आहे अशी चिन्हं दिसू लागली. मग डॉक्टरांच्या सल्ल्यानुसार आम्ही त्यांना घरी घेऊन आलो. त्याच्या शुश्रूषेसाठी चोवीस तास घरी राहणाऱ्या नर्सची सोय केली. त्यांच्याबरोबर आणखी काही दिवस राहून मी माझा शेवटचा पेपर द्यायला परत आलो. पण दुर्दैवानं मी परत आल्यानंतर दुसऱ्याच दिवशी डॅडचं देहावसान झालं. अठरा वर्षांनी त्यांना परत दुसरा स्कूटर ॲक्सिडेन्ट झाला होता. ही मधली अठरा वर्षं म्हणजे आम्हाला मूलभूत शिक्षण देता यावं, यासाठी देवानं त्यांना दिलेलं जीवनदान होतं जणू. परीक्षेसाठी मी दिल्लीहून परत आलो खरा; पण त्या परीक्षेत मी पास होऊ शकलो नाही. अशा रीतीनं मला सहा महिने गमवावे लागले. हे माझं पहिलं शैक्षणिक अपयश होतं.

दुसरी व तिसरी आधारफळी

ज्या विषयात मी नापास झालो होतो, त्याची परीक्षा सहा महिन्यांनंतर झाली. तिच्यात मी पास झालो. मग नोकरीच्या शोधात मी दिल्लीला गेलो. माझ्याआधी ग्रॅज्युएट झालेले माझे बरेच मित्र अजून नोकरीसाठी वणवण करतच होते. माझी मात्र मोटारीचे सुटे पार्ट तयार करणाऱ्या 'मिंडा इंडस्ट्रीज'मध्ये नोकरीसाठी निवड झाली. दिल्लीत शाळेचे

प्रिन्सिपॉल असणाऱ्या माझ्या ज्या काकांनी माझं कासव पाळण्यासाठी नेलं होतं, त्यांच्याच ओळखीनं मला ही नोकरी मिळाली होती. त्या वेळेस माझ्यात फारच कमी आत्मविश्वास होता, कारण मला ना हिंदी नीट बोलता येत होतं, ना इंग्लिश. मी पहिल्या खेपेत इंजिनिअरिंग पास करू न शकल्याने मला साधारण इंजिनिअर्ससारखं तरी काम करता येईल की नाही, अशी धास्ती होती. पण खूप मेहनत करून सहा महिन्यांतच मी चांगलं काम करतो, हे फॅक्टरीतील लोकांना पटवून दिलं. माझ्या नोकरीची सुरुवात सुटे भाग जोडून देणारा साधा कामगार म्हणून झाली होती, पण आता मी मॅनेजमेन्ट लेव्हलपर्यंत पोहोचलो होतो. माझ्याकडे मालाची गुणवत्ता तपासण्याचं काम होतं. माझ्या वरच्या अधिकाऱ्यानं या कामात मला खूप मदत केली. अठरा महिन्यांत आम्ही 'शून्य दोष असलेल्या मालाची कंपनी' हा दर्जा मिळवला आणि उत्तम गुणवत्तेच्या स्पर्धेत यशस्वी होऊन महत्त्वाचं गिऱ्हाईक पटकावलं. सर्व काही छान चाललं होतं. मी आपला गमावलेला आत्मविश्वास परत मिळवला होता.

यानंतर करीअरमध्ये पुढे जाण्यासाठी मला आणखी एक आधारफळी मिळाली. माझ्या भावाचा मेहुणा मिनेसोटामधील थ्री एम कंपनीत काम करायचा. तो कामाच्या संदर्भात भारतात परत आलेला असताना त्यानं मला थ्री एमच्या भारतातील ऑफिसात एक जागा रिकामी असून, त्या जागेसाठी मी अर्ज करावा, असं सुचवलं. त्याप्रमाणे मी तिथं अर्ज केला. मला विक्री विभागातील नोकरीसाठी इंटरव्ह्यूला बोलावण्यात आलं. इंटरव्ह्यू छान झाला आणि मध्ये काहीही अडचण न येता मला ती नोकरी मिळाली. पण खरी अडचण पुढेच होती. मिंडाच्या शानदार निरोप समारंभानंतर मी थ्री एमच्या दिल्ली ऑफिसमध्ये कामावर रुजू झालो. सुरुवातीच्या

काळात कंपनीतील लोकांच्या ओळखीपाळखी झाल्यानंतर माझ्या लक्षात आलं की, मला ज्या प्रकारच्या लोकांबरोबर फॅक्टरीत काम करायची सवय होती, त्यापेक्षा इथले लोक खूपच वेगळे होते. इथले लोक नीटनेटके कपडे करणारे, मृदुभाषी आयआयटी, आयआयएम कंपूतील लोक होते आणि मी हा असा मोडकं-तोडकं इंग्लिश बोलणारा, टायची गाठही नीट बांधू न शकणारा गावंढळ मुलगा. मला वाटलं, इथं काम करायला मी अगदी अयोग्य आहे. माझा मिंडातील पगार खूप कमी होता; पण ती नोकरी आरामशीर होती. ती सोडून मी भयंकर मोठी चूक केलीय, असं मला वाटायला लागलं. आपल्यावर लाजिरवाणी परिस्थिती ओढवू नये म्हणून मी ऑफिसमध्ये फार कमी बोलायचो. स्वतःला मालाच्या माहितीपत्रकांमध्ये बुडवून घ्यायचो. जमेल तितक्या वेळा क्लायंट्सना भेटायला धावायचो. माझे बहुतेक क्लायंट्स दिल्ली व दिल्लीच्या आसपासचे ऑटोमोबाइल्सचे कारखाने असायचे. मला त्या कारखान्यांमध्ये ऑफिसपेक्षा खूप छान वाटायचं. क्लायंट्सना भेटायला गेल्यावर मिळालेल्या मोकळ्या वेळात मी शॉप फ्लोअरवरील इंजिनिअर्सबरोबर हिंडे, फिरे. मोटारगाड्यांचे वेगवेगळे भाग जोडले जात असताना पाहणं, वेल्डिंग करणारी रोबोटिक मशिन्स पाहणं, धातूंच्या जडशीळ पत्र्यांवर दाब टाकणाऱ्या यंत्रांचा धडधडाट ऐकणं, पेंट शॉपमधून बाहेर पडणाऱ्या रंगीत, सुंदर गाड्या निरखणं या सर्व गोष्टी मला ऑफिसमधील सहकाऱ्यांच्या वाटाघाटी करून एखादं काम मिळवण्याच्या कौशल्यापेक्षा खूप अधिक आकर्षक वाटत. माझे सहकारी एका वेळेस दोन-तीन फोन्सवर बोलत असत. माझा फोन बिचारा कधीतरीच वाजे. माझे सहकारी आपला सगळा वेळ मालावर सूट देऊन अधिकाधिक पैसे गोळा करण्यात घालवत. माझं पूर्ण लक्ष मात्र त्या काळच्या

सर्वाधिक लोकप्रिय मोटारगाडीत थ्री एम टेपचा जास्तीत जास्त वापर कसा करून घेता येईल, याकडे असे. नाही तरी माझी नेमणूक थ्री एम टेपचा सेल्समन, विक्रेता म्हणूनच झालेली होती ना! शेजारच्या हरियाणा राज्यात 'पॉलिप्लास्टिक्स' नावाची एक लहान कंपनी होती. त्यांच्या कारखान्यात बनणाऱ्या मालाचा दर्जा कसा सुधारता येईल, त्यांचं उत्पादन कसं वाढवता येईल, याबद्दल सल्ला देऊन मी कंपनीच्या मालकाचा विश्वास संपादन केला होता. अशा लोकांबरोबर मला ऑर्डर्स किंवा पैसे देण्याच्या अटी वगैरेंबद्दल कधीच बोलावं लागायचं नाही, कारण ते माझ्या वेळेचा उपयोग त्यांच्या कारखान्याच्या संदर्भात करून घेणं जास्त पसंत करत.

नंतर मी पॉलिप्लास्टिक्सना, त्यांनी एक नवीन उत्पादन सुरू करावं असं सुचवलं व त्यांची थ्री एमच्या जपानमधील एका ग्राहकाशी ओळख करून दिली. तीन महिन्यांत त्यांनी जपानच्या एका फर्मबरोबर (जॉइंट व्हेंचर) एकत्र काम करण्याच्या करारपत्रावर सही केली. या नवीन उत्पादनामुळे थ्री एम टेपचा खप सहा इंचावरून ३.६ मीटर्स पर्यंत गेला. मी विक्रीचा उच्चांक गाठला. वर्षाच्या सुरुवातीला एखाद्यानं अंदाज केलेला असतो, त्यापेक्षा किती तरी अधिक पट विक्री झाली होती. माझा पगार आणि बोनस वाढायला सुरुवात झाली. पण त्याहूनही जास्त महत्त्वाची गोष्ट ही होती की, ऑफिसच्या ज्या ग्रुपमध्ये आपण सामावलो जायचो नाही असं मला वाटायचं, त्यांनीही मला स्वीकारलं.

जागतिकीकरणाचा किडा

थ्री एममध्ये सर्व व्यवस्थित चाललेलं असताना टाइम्स ऑफ इंडियाच्या 'ॲसेन्ट' (प्रगतीच्या मार्गावर) भागातील एक लेख माझ्या वाचनात आला. लेखाचं नाव होतं, 'जागतिक

व्यवस्थापक (ग्लोबल मॅनेजर) कसं व्हावं' त्यात जागतिक व्यवस्थापकाची व्याख्या देताना लेखकानं लिहिलं होतं की, 'जगाच्या पाठीवर कुठंही राहून जगभर पसरलेल्या व्यापाराचा व्याप जो सांभाळू शकतो, तो ग्लोबल मॅनेजर म्हणजे जागतिक व्यवस्थापक असतो.' हा तो काळ होता जेव्हा भारताचे अर्थमंत्री मनमोहनसिंग भारताच्या अर्थव्यवस्थेचं जागतिकीकरण करू लागले होते. भारताची बाजारपेठ जगभरातील व्यापाऱ्यांसाठी खुली करत होते. त्यामुळे बऱ्याच एमएनसी, बहुराष्ट्रीय कंपन्या आपल्या देशात प्रवेश करू लागल्या होत्या. त्याचप्रमाणे भारतीय बुद्धिमत्तेला बाहेरदेशांतून खूप मागणी येऊ लागली होती. कारण एव्हाना पाश्चात्त्य देशातील 'बेबी बूम जनरेशन' म्हणजे १९४६ ते १९६४ मध्ये जन्मलेले लोक नोकरीतून निवृत्त होऊ लागलेले होते. ॲसेन्टच्या या लेखात ग्लोबल मॅनेजर होण्यासाठी कोणकोणत्या गोष्टींची गरज आहे, हेही अगदी स्पष्टपणे लिहिलेले होते. त्यानुसार जगात सगळीकडे मान्य होणारी पदवी, तसेच जगातील तीन मोठ्या बाजारपेठांमधील अनुभव या गोष्टी होत्या. एव्हाना माझ्याकडे फक्त एका मोठ्या बाजारपेठेतील व एकाच बहुराष्ट्रीय कंपनीतील अनुभव होता. तसेच माझी इंजिनिअरिंगची डिग्री जगभर मान्य होण्यासारखी नव्हती. मी आयआयएमची प्रवेश परीक्षा दोनदा दिली होती, पण त्यात मला यश आलं नव्हतं. माझ्या मनात हे विचार घोळत होते, त्याच सुमारास दिल्लीच्या ब्रिटिश कौन्सिलमध्ये इंग्लंडमधील वेगवेगळ्या युनिव्हर्सिटीजचं एक एक्स्पो- आंतरराष्ट्रीय प्रदर्शन होतं. या प्रदर्शनाला गेलो असता, मला वॉरविक मॅन्युफॅक्चरिंग ग्रुपच्या, युनिव्हर्सिटी ऑफ वॉरविकमध्ये विनास्कॉलरशिप ॲडमिशन मिळाली. ही उडी घेण्यासाठी मला दोन गोष्टींची मदत झाली. एक म्हणजे माझे आई-वडील दोघंही वारलेले होते व मी अजून लग्नाच्या

बेडीत अडकलेलो नव्हतो. अशा प्रकारे जवळजवळ विनापाश असल्यानं मी घेतलेल्या निर्णयाचे परिणाम फक्त मलाच भोगावे लागणार होते. दुसरी आणखी महत्त्वाची गोष्ट म्हणजे माझ्या आयआयएमच्या पदवीधर बॉसनं, शशीनं, मला हे शिक्षण घेण्यासाठी उत्तेजन दिलं. खरं तर माझ्या जाण्यानं त्याच्या टीममध्ये मोठी पोकळी निर्माण होणार होती, तरीही त्यानं मला या उच्च शिक्षणासाठी प्रोत्साहन दिलं होतं. आतापर्यंत मी फक्त प्रवाहाबरोबर वाहत जात होतो. नोकरीतील पुढील टप्पा गाठण्यासाठी आणखी एखादी आधारफळी केव्हा आणि कशी मिळेल इकडे डोळे लावून बसलो होतो. आता पहिल्या प्रथम मी माझ्या पुढील प्रवासाची सूत्रं आपल्या हाती घेतली. मी इंग्लंडला जायला निघालो तेव्हा माझा खिसा पूर्णपणे रिकामा झाला होता आणि माझ्या डोक्यावर माझ्या भावांकडून घेतलेल्या प्रचंड मोठ्या कर्जाचं ओझं होतं.

जागतिकीकरणाच्या दिशेनं प्रवास

स्वतःला जागतिक व्यवस्थापक बनवण्यासाठी आरंभलेल्या माझ्या प्रवासाची वॉरविक ही फार चांगली सुरुवात होती. वॉरविकमधील माझे पंचाण्णव टक्के सहपाठी माझ्याप्रमाणेच जगातील वेगवेगळ्या देशांतून आलेले होते. माझ्या खोलीत एक जगाचा नकाशा टांगलेला होता. कुणी नवा विद्यार्थी भेटला, की मी त्याचा देश त्या नकाशात शोधून काढी. युनिव्हर्सिटी कॅम्पसच्या ज्या फ्लॅटमध्ये मी राहत होतो, त्यात आम्ही पाच देशांची आठ मुलं होतो. वॉरविकमधील माझा काळ फार छान गेला. मी तिथं जगभरातील मुलांशी मैत्री केली. कोर्सचे आम्ही सर्व विद्यार्थी आणि लेक्चरर्स पहिल्यांदा भेटलो तेव्हा मी सोडून बाकी सर्व विद्यार्थ्यांनी वॉरविकच्या जागतिक ख्यातीमुळे व जगभरातील युनिव्हर्सिटींमधील तिच्या

उच्च क्रमांकामुळे त्यांनी उच्च शिक्षणासाठी वॉरविक युनिव्हर्सिटीची निवड केली असं सांगितलं. मी मात्र आयआयएम (इंडियन इन्स्टिटट्यूट ऑफ मॅनेजमेंट) च्या परीक्षेला दोनदा बसूनही पास होता न आल्यानं मी वॉरविकला आलो असं सांगितलं. माझ्या या उत्तरानं माझे काही लेक्चरर्स नाराज झाले. परदेशच्या युनिव्हर्सिटीजमध्ये विद्यार्थ्यांना फी चुकती करणारं गिऱ्हाईक म्हणून पाहिलं जातं. मी वर्गात पहिल्या रांगेत बसत असे आणि लेक्चरर्सनी शिकवलेल्या सिद्धान्तांचा, विचारांचा मी माझ्या कारखान्यात किंवा श्री एममध्ये उपयोग कसा करू शकेन याबाबत त्यांच्याशी वाद घालत असे. वॉरविकमधील माझ्या पथ्यावर पडलेली एक चांगली गोष्ट ही होती की, जगातील इतर काही देशांतील विद्यार्थ्यांच्या इंग्रजीपेक्षा माझं मोडकं-तोडकं इंग्रजीही फार बरं होतं. त्यामुळे सर्व ग्रुप प्रोजेक्ट्स शेवटी मीच सादर करी. काही महिन्यांतच मी स्टेजवर जाऊन बोलण्याबाबतच्या माझ्या जुन्या भीतीवर मात केली.

मी वॉरविकमध्ये आलो तेव्हा ठणठणगोपाळ होतो. पैशाची किंमत काय आणि किती असते हे मला आयुष्यात प्रथमच इथं आल्यावर कळलं. साधं शीतपेय घेण्याआधी मी चार-चारदा विचार करी. श्री एममधील मानाची नोकरी केल्यानंतर मी आता थोडासा जास्त पैसा मिळवण्यासाठी कॅम्पस कॅन्टिनमधील डिश धुण्याचं काम करत होतो. कॅम्पसवरील पार्ट्यांमध्ये भाग घेण्यासाठी तो पैसा आवश्यकच होता. प्रत्येक वेळेस मला आता स्कॉलरशिप मिळेलच असं वाटे; पण दर वेळेस शेवटच्या क्षणी ती माझ्या हातातून निसटून जाई. इंग्लंडमध्ये नोकरी मिळवण्यासाठी दिलेल्या इंटरव्ह्यूजमध्येही असंच होई. टोनी ब्लेअरमुळे लेबर पार्टी सत्तेवर येण्याआधीचं कॉन्झर्व्हेटिव्ह पार्टीचं हे शेवटचं वर्ष

होतं. इंग्लंडची आर्थिक स्थिती अगदी डबघाईला आलेली होती. एके दिवशी टोनी ब्लेअर हेलिकॉप्टरमधून माझ्या खोलीसमोर उतरला आणि आमच्या डिपार्टमेन्टमध्ये आला. तिथं त्यानं घोषणा केली की, मी वॉरविक मॅन्युफॅक्चरिंग ग्रुपच्या साहाय्यानं इंग्लंडचं पुनरुज्जीवन करीन. तोपर्यंत इंग्लंडमध्ये मॅन्युफॅक्चरिंगचा दूरान्वये अनुभव असणाऱ्यांसही 'आंतरराष्ट्रीय सल्लागार' ही पदवी मिळे. ब्लेअर सत्तेवर आल्यानंतर झालेल्या आर्थिक प्रगतीच्या दशकातही मॅन्युफॅक्चरिंग उद्योगात काही बदल झाला, असं मला वाटत नाही. पण वेगवेगळ्या सर्व्हिसेस, सेवा पुरवणाऱ्या संस्थांची भरभराट झाली. माझं सुदैव की थ्री एममधील माझ्या बॉसनं- शशीनं थ्री एमला पत्र लिहून मला मदत करण्याबद्दल लिहिलं आणि मग इंग्लंडच्या थ्री एमनं माझ्या थिसिसच्या प्रोजेक्टला आर्थिक व संस्थागत साहाय्य केलं. त्यामुळे माझा प्रवासखर्च भागला आणि मला थ्री एम व फोर्डसारख्या अद्ययावत सोयी असलेल्या मॉडेल्सचा अभ्यास करता आला. त्याचा पुढे मला खूप उपयोग झाला.

तिसरं महाभयंकर संकट

वॉरविकमधील अभ्यासक्रम पूर्ण झाल्यावर परदेशातच नोकरी करून आपलं डोईजड कर्ज फेडावं, तसंच आंतरराष्ट्रीय नोकरीचा अनुभव घ्यावा व एखादी खूप छान नोकरी मिळवून भारतात परत जावं, असं मी मनाशी योजलेलं होतं; पण मनातले मांडे मनातच राहिले. वॉरविकहून मला रिकाम्या हातानंच भारतात परतावं लागणार असं दिसू लागलं. एव्हाना माझ्याकडचे कर्जाने घेतलेले पैसेसुद्धा संपून गेले होते. हातात नोकरी नव्हतीच. अशात माझ्या अमेरिकेत राहणाऱ्या भावानं कळवलं की, परत नोकरीला लागण्याआधी मी आपल्या

पुतणीच्या बॅप्टिजम (नामकरण विधी) साठी अमेरिकेला यावं. त्याप्रमाणे मी अमेरिकेला गेलो. बॅप्टिजम झाल्या झाल्या मी सॅन फ्रान्सिस्कोला भरलेल्या जॉब फेअरसाठी गेलो. जॉब फेअरमध्ये वेगवेगळ्या कंपन्या भाग घेतात आणि नोकरी करू इच्छिणाऱ्यांचे आपल्या कंपनीसाठी इंटरव्ह्यूज घेतात. कंपनीनं निवडलेल्या उमेदवाराला पुढील बोलणी करण्यास बोलावतात. जॉब फेअरमध्ये दोन कंपन्यांनी माझ्याशी पुढील बोलणी करायला आवडेल, असं सांगितलं. सप्लाय चेन मॅनेजमेन्ट सॉफ्टवेअरमधील - वस्तू-पुरवठा व्यवस्थापन साखळीच्या सॉफ्टवेअरमधील - ती महत्त्वाची नावं होती. माझ्या लक्षात आलं की, कोणत्याही कंपनीच्या कामासाठी लागणाऱ्या आधारभूत सोईंसाठी वापरली जाणारी ही नवीन आकर्षक शब्दावली आहे. वॉरविकमधील माझ्या थिसिस प्रोजेक्टचा हाच विषय होता. काहीच दिवसांत सर्वोच्च स्थानी विराजमान असलेल्या आय टू टेक्नॉलॉजी कंपनीनं मला लठ्ठ पगाराची नोकरी देऊ केली. माझं काम सॅन फ्रान्सिस्को या सुंदर नगरीत असणार होतं. थ्री एम त्यांचं सुरुवातीच्या काळातील गिऱ्हाईक होतं. माझ्या वस्तू-पुरवठा साखळीवरील थिसिस व थ्री एममधील कामामुळे मला ही नोकरी मिळणार होती. मला आलेली ही ऑफर इतकी छान होती की, काही महिन्यांतच मी आपलं कर्ज फेडू शकलो असतो. मी झीरोतून हिरो, शून्यातून श्रेष्ठ झालो होतो. 'आय टू'च्या इमिग्रेशन लॉयरनं, परदेशगमन व तिथं राहण्याच्या गोष्टी पाहणाऱ्या वकिलानं, मला माझा व्हिजिटर्स व्हिसा- काही दिवसांच्या अमेरिका भेटीसाठी मिळवलेला परवाना वर्क व्हिसा- तिथं राहून काम करण्यासाठी लागणाऱ्या परवान्यामध्ये बदलून घ्यायला सांगितलं. त्या संबंधीचं काम लगेच सुरूही झालं. पण परत एकदा माझं दुर्दैव आड आलं. माझा व्हिसा

मिळण्याच्या एक आठवडा आधीच एच वन व्हिसा कोटा पूर्ण झाला होता. व्हिसाचा कोटा वाढवण्यासंबंधी खूप वाटाघाटी चाललेल्या असल्यानं मी याबाबत काही काळजी करू नये, असं आय टू कंपनीच्या वकिलांनी मला सांगितलं. पण त्याच सुमारास अचानक कॅपिटॉल हिलवर गोळीबार झाला. ताबडतोब सिनेट बंद करण्यात आलं आणि सिनेट बरखास्त होण्याआधी एच-वन व्हिसाबाबतचं बिल अमेरिकन सिनेटमध्ये मांडता आलं नाही. आता सिनेट परत भरण्याला काही महिने जाणार होते. या सर्व घडामोडींमुळे माझा हातातोंडाशी आलेला नोकरीचा घास तसाच तिथं सोडून भारतात परत येण्याशिवाय व एच वन व्हिसाचा कोटा परत सुरू होईपर्यंत वाट पाहण्याशिवाय मला दुसरा पर्यायच राहिला नाही.

भारतात आल्यावर व्हिसाच्या इंटरव्ह्यूसाठी मी चेन्नईला गेलो. इंटरव्ह्यूच्या वेळी मला आणखी एक धक्का बसला. व्हिसा देणाऱ्या ऑफिसरनं मला सांगितलं, 'मिस्टर जोसेफ, तुमचे पेपर्स तपासण्यासाठी आम्हाला आणखी थोडा वेळ लागेल. प्लीज आणखी एका महिन्यानं परत या.' एका महिन्यानंतर मी परत यूएस कॉन्सुलेटला गेलो. या वेळेसही मला आणखी एक धक्का बसला. कॉन्सुलेट ऑफिसर म्हणाला, ''मिस्टर जोसेफ, आमच्या दृष्टीने तुमचे पेपर्स तितकेसे समाधानकारक नाहीत. पुढील चौकशीसाठी आम्हाला ते पाठवावे लागतील आणि त्यासाठी किती वेळ लागेल, हे आम्ही आत्ता सांगू शकणार नाही.''

कॉन्सुलेटच्या अधिकाऱ्यांचे शब्द ऐकून माझी फारच निराशा झाली. दोन वर्षांहून अधिक काळ मी नोकरीशिवाय होतो. माझ्या डोक्यावर कर्जाचं भलं मोठं ओझं होतं. भारतात नोकरी केल्यास ते फेडलं जाण्यासाठी मला कित्येक वर्षं लागली असती. वर्तमानपत्रातील एक लेख वाचून आलेल्या

ऊर्मीमुळे मागचा-पुढचा काही विचार न करता मी श्री एममधील नोकरी सोडली, त्याचीच ही शिक्षा आहे, असं मी मनातल्या मनात स्वतःला कितीदा म्हणालो असेन. माझ्या मामेभावानं नोकरीसाठी उमेदवार निवडणाऱ्या चेन्नईतील एका रिक्रूटरशी माझी गाठ घालून दिली. एका महिन्याच्या आतच चेन्नईच्या फोर्ड ऑफिसात मला एक बऱ्यापैकी नोकरी मिळाली. अर्थात मी दिल्लीच्या श्री एममध्ये टिकून राहिलो असतो तर मी एव्हाना ज्या लेव्हलवर गेलो असतो, त्या मानानं फोर्डची ही नोकरी बेताचीच होती. श्री एम भारतात बऱ्याच काळापासून होती. फोर्ड अगदी आत्ता आत्ता भारतात आली होती. रोज सकाळी सहा वाजता मी घर सोडे. अर्धा किलोमीटर चालत जाई. सव्वा सहाला फॅक्टरीची बस येई. मग बसमध्ये बसताच मी जी ताणून देई ते सव्वा सातला फॅक्टरी आल्यावरच उठे. दिवसाची सुरुवात कॅन्टिनमधील झणझणीत नाश्त्यानं होई. आधीच्या दोन वर्षांत इंग्लंडचं अळणी जेवण खाण्याची जिभेला व पोटाला सवय झाल्यानं चेन्नईतील कॅन्टिनमधील ते तिखटजाळ पदार्थ खाणं म्हणजे मला नुसता छळवाद वाटे. फॅक्टरीत मी खाली मान घालून गुपचूप काम करत राही. आमच्या टीममध्ये खूपशी तरुण मंडळी होती. कंपनीच्या नवीन कामाची घडी बसवण्यासाठी अमेरिका व युरोपमधूनही बरेच विदेशी लोक आलेले होते. वॉरविकमध्ये असताना माझ्या बाबतीत झालेली एक चांगली गोष्ट ही होती की, मला भिन्नदेशीय व भिन्नलिंगी लोकांबरोबर आरामात काम करायला येऊ लागलं होतं. मी आपल्या फर्मचं प्रतिनिधित्व- विशेषतः आमच्या फर्मच्या विदेशी प्रतिनिधींसमोर- खूपच चांगल्या प्रकारे करतो, याचं सगळ्यांना कौतुक होतं. शिवाय श्री एममध्ये माझा ज्या क्लायंट्सशी संबंध आला होता, त्यांचं अजूनही माझ्याबद्दल चांगलं मत होतं.

मोती मिळवण्यासाठी घेतलेली उडी

कोणत्याही प्रकारची विशेष प्रगती न होता माझं फोर्डमधील पहिलं वर्ष संपलं. या अवधीत घडलेली काहीशी उल्लेखनीय गोष्ट हीच होती की, आमच्या भारतीय टीमचं प्रतिनिधित्व करण्यासाठी माझ्या काही परदेशवाऱ्या झाल्या. एकदा केरळमध्ये राहणाऱ्या माझ्या भावाचा मला फोन आला. तो म्हणाला की, 'नुकतीच त्याची भेट व्हिएन्नामधून केरळमध्ये इंटर्नशिपसाठी आलेल्या एका मेडिकल विद्यार्थिनीशी झाली. ती एका महिन्याच्या इंटर्नशिपसाठी इथं आलेली आहे. तुझ्या व तिच्या लग्नाच्या बाबतीत निर्णय घेण्यासाठी त्या मुलीचं कुटुंब मला भेटू इच्छितं. याबाबत तुझं मत काय आहे?' दोन वर्ष नोकरीविना राहिल्यानंतर मला दुसऱ्या कुठल्याही इंग्लिश न बोलणाऱ्या देशात जाण्यात काहीच स्वारस्य नव्हतं. त्यामुळे मी भावाला स्पष्टच सांगितलं की, 'मला व्हिएन्नाला जाण्यात काहीच स्वारस्य नाहीये. त्यामुळे या मुलीला पाहण्यात काही अर्थ आहे असं मला वाटत नाही.' यावर त्याचं उत्तर होतं की, 'ती मुलगी भारतात परत येण्यास तयार आहे.' हे ऐकून मी चकितच झालो. आम्ही दोघं भेटलो आणि एकमेकांना पसंतही पडलो. तिनं माझी खात्री पटवली की तिला भारतात परत यायला खरंच खूप आवडेल, कारण व्हिएन्नापेक्षा भारतातील लोकांना डॉक्टरची फार गरज आहे, असं तिचं मत होतं.

त्यानंतरचं सर्व काही स्वप्नात घडल्याप्रमाणे भराभर घडलं. आम्ही दोन-तीनदा परत भेटलो. नंतरही आम्ही एकमेकांच्या संपर्कात राहू, अशी आशा मनात ठेवून ती व्हिएन्नाला परत गेली. व्हिएन्नातील तिचं वैद्यकीय शिक्षण आणखी पंधरा महिन्यांनी संपणार होतं. तिचं शिक्षण पूर्ण झाल्यावर लग्न करावं असं आम्ही ठरवलं. ती व्हिएन्नाला परत गेल्यावर आठवड्याभरातच मला अमेरिकन कॉन्सुलेटमधून

फोन आला की, 'तुमच्या अर्जात आम्हाला काहीही आक्षेपार्ह आढळलं नाही. कृपया तुमचा पासपोर्ट पाठवा म्हणजे आम्ही तुम्हाला व्हिसा देऊ.' 'नोकरीची ऑफर मिळाल्यानंतर अठरा महिन्यांनी व्हिसा मिळाला तर त्याचा काय उपयोग?' मी मनातल्या मनात म्हटलं. पण तरीही एक सौजन्यपूर्ण उपचार म्हणून मी अमेरिकेच्या आय टू कंपनीला फोन केला. सहा महिन्यांपूर्वी मला नोकरी दिलेल्या त्या मॅनेजरची युरोपला बदली झाली होती. त्यामुळे माझा फोन कंपनीच्या मानव संसाधन विभागाला (एच आर डिपार्टमेन्ट) जोडून दिला गेला. तेथील संबंधित अधिकारी म्हणाले, 'तुम्हाला दिलेली नोकरीची ऑफर अजूनही कायम आहे. मध्यंतरीच्या काळात आम्ही तुमच्या केसचा पाठपुरावा करत होतो. तुम्ही शक्य तितक्या लवकर कामावर रुजू व्हा.' नंतर माझ्या लक्षात आलं की, त्यांनी कंपनीत माझ्यासाठी इ-मेल आय डी तयार केला होता आणि माझ्या व्हिसाशी संबंधित सर्व घडामोडींची एक प्रत ते माझ्या या आय डी वर पाठवत असणार. पण मधल्या काळात मी कामावर रुजू होऊ न शकल्यानं ते ई-मेल मला कधीच मिळाले नव्हते.

माझ्या नियोजित वधूशी सल्ला-मसलत करून मी फोर्डमधील नोकरीचा राजीनामा दिला आणि व्हिएन्नामार्गे अमेरिकेला जाणारी लगेचची फ्लाइट घेतली. तिचा अभ्यासक्रम पूर्ण झाल्यावर आम्ही भारतात आलो. तिच्या फॅमिली चर्चमध्ये आमचा वाङ्निश्चय झाला आणि आमच्या फॅमिली चर्चमध्ये लग्न.

अमेरिकेतील जीवन

आय टू मधील माझ्या नोकरीची सुरुवात तशी फारशी बरी झाली नाही. मला नोकरीवर घेतलेला अधिकारी बदली

होऊन युरोपला गेलेला असल्याने मला सॅन फ्रान्सिस्कोतील त्याच्या खालच्या मॅनेजरच्या हाताखाली ठेवलं गेलं. आय टू कंपनीची वाढ इतक्या जास्त वेगानं होत होती की, कुणाकडेही नीट बसून विचारविमर्श करायला वेळच नव्हता. माझा नवा बॉस खरंच कामात सतत गुंतलेला असायचा. त्याच्या सेक्रेटरीनं माझी ऑफिसमध्ये बसायची सोय केली. तिनं मला सांगितलं की, आय टूच्या डलासमधील मुख्य ऑफिसमध्ये जाण्यासाठी ती माझ्या विमानतिकिटाची सोय करेल. मला तिथं त्यानंतर बूट कॅम्पला जायचं आहे. ते एकून मला कुतूहल वाटलं. 'बूट कॅम्प? म्हणजे काय?' मी तिला विचारलं. यावर तिचं उत्तर होतं, 'नव्यानं रुजू होणाऱ्या नोकरदाराला कंपनीबद्दलची सर्वसाधारण माहिती करून देण्यासाठी असलेलं ओरिएन्टेशन!'

दुसऱ्या दिवशी अमेरिकेच्या कानाकोपऱ्यातून आलेल्या आम्हा पाचशे लोकांचा बूट कॅम्प (नोकरीच्या सुरुवातीचा ओळख कॅम्प) सुरू झाला. थ्री एम किंवा फोर्डमधील ओरिएन्टेशनप्रमाणे इथं काहीही नव्हतं. अर्थात या बूट कॅम्पमध्ये मला कंपनीची माहिती वगैरे काही मिळाली नाही. कस्टमर म्हणजे आमच्या गिऱ्हाइकांच्या वेब साइटवर 'आय टू सॉफ्टवेअर कसं वापरावं' याचं भराभर दिलेलं प्रशिक्षण होतं ते. आमचा प्रशिक्षक फार कठोर शिस्तीचा होता. पंधरा दिवसांच्या ट्रेनिंगनंतर आमची परीक्षा होईल आणि तिचा निकाल आमच्या बॉसला आणि त्याच्या बॉसला पाठवण्यात येईल, असं तो आम्हाला वारंवार बजावत होता. दोन दिवसांच्या प्रशिक्षणानंतरही मला त्यातील ओ का ठो कळेना. असं का होतंय ते मला कळेना. मग अचानक माझ्या डोक्यात प्रकाश पडला. मला इथे थ्री एम प्रमाणेच कस्टमर्सच्या सप्लाय चेनचं विश्लेषण करण्यासाठी, सप्लाय चेन कन्सल्टंट म्हणून घेतलं गेलं होतं. पण त्यानंतर कंपनीत आमूलाग्र बदल झालेला

होता आणि भारतातून इथे येणारा प्रत्येक जण काहीतरी कॉम्प्युटर शिकलेला टेक्निकल माणूस असतोच, या कल्पनेनं त्यांनी मला सॉफ्टवेअर वापरणाऱ्या टीममध्ये घालून टाकलं होतं. मी स्वतःला कोणत्या परिस्थितीत टाकलंय याची मला काही एक कल्पना नव्हती आणि बूट कॅम्पच्या शेवटी घेतल्या जाणाऱ्या परीक्षेत मी पास होईनच, याचीही अजिबात खात्री नव्हती.

नशीब म्हणजे मी आपल्या बॉसला कसातरी दहा मिनिटांचा फोन करू शकलो. त्यानं मला परीक्षेच्या निकालाचा विचार न करता कसा का होईना तो कॅम्प पूर्ण करायला सांगितला. तो म्हणाला की, ट्रेनिंग कितीही अवघड वाटलं तरी कंपनी आणि तिच्या उत्पादनाला जाणून घेण्याची मला मिळालेली ती सर्वोत्तम संधी होती. मी कस्टमर सप्लाय चेन्सचं विश्लेषण करेन तेव्हा या ट्रेनिंगमध्ये शिकलेल्या गोष्टींचा मला नक्की उपयोग होईल. मग मीही बूट कॅम्पमध्ये शिकवलं जाणारं शक्य ते सर्व शिकून घेण्याचा प्रयत्न केला. खूप लोकांशी मैत्री जमवली. बूट कॅम्पला आलेले बहुसंख्य लोक भारतीय होते. ते आयआयएम किंवा आयआयटी कॅम्पसमधून नोकरीसाठी निवडले गेलेले होते आणि त्यांनी अमेरिकेच्या आय.व्ही.लीग स्कूल्स, ख्यातनाम बिझनेस स्कूल्समधून पोस्ट ग्रॅज्युएट डिग्री घेतलेली होती. बूट कॅम्पमध्ये नोकरीचा खूप अनुभव असलेले बरेच अमेरिकनही होते. त्यातील एक तर अमेरिकेतील नौदलातील अधिकारी होता. त्याचा लॉजिस्टिकमधील वीस वर्षांचा अनुभव होता. दुसरा एक जागतिक ख्यातीचा सर्फर- पाण्यावर सर्फ करणारा- होता. तो फक्त सर्फिंगचे दिवस वगळता मिळणाऱ्या दिवसातच नोकरी करायचा. पण नोकरीस नुकत्याच लागलेल्या तरुणांपासून, नोकरीचा खूप अनुभव असलेल्या मध्यमवयीनांपर्यंत सगळ्यांच्या तोंडी एक गोष्ट मात्र कॉमन होती. ती म्हणजे आय टू स्टॉक्स, आय टू चे शेअर्स. आय टूचे स्टॉक ऑप्शन्स. चांगली किंमत मिळाल्यास

मिळालेले स्टॉक्स विकून रातोरात श्रीमंत होण्याच्या गोष्टी. कॉम्प्युटरवर जॉर्जियन कॅलेंडर घालून, त्यावरील विविध स्तरीय अंदाजपत्रकांचं मॉडेल घालण्यासाठी मी डोईफोड करत असायचो. एवढ्यात कुणीतरी ओरडायचं, 'आपल्या स्टॉकची किंमत आत्ताच वीस डॉलर वाढलीय. आपल्याला म्हणजे आपल्या कंपनीला कुणी विकत घेतलं तर काय मजा येईल रे! मग आपल्या स्टॉक्सचे आलेले पैसे इतके जास्त असतील की मला कामच करायला लागणार नाही.' अठरा महिने आधी मी जेव्हा माझ्या पगाराबद्दल कंपनीच्या अधिकाऱ्यांशी बोलणी करत होतो, तेव्हा मला स्टॉक ऑप्शनबद्दल काहीच माहीत नव्हतं. मला कामावर घेत असल्याचं जे पत्र कंपनीनं दिलं होतं, त्यातही याबद्दल काही उल्लेख नव्हता.

पार दमवून टाकणाऱ्या तीन आठवड्यांनी तो बूट कॅम्प कसाबसा संपला. सॅन फ्रान्सिस्कोतील बे एरियात येऊन मी माझ्या बॉसला, बेनला भेटलो आणि त्याला नोकरीतील माझं पद निश्चित करायला सांगितलं. 'जेम्स, मला एक कटू सत्य तुला सांगायला लागेल. तुला नोकरीची ऑफर दिली गेली तेव्हा सर्व प्रकारच्या उद्योगधंद्यांच्या कस्टमर सप्लाय चेनचं विश्लेषण एकच टीम करत होती. पण त्यानंतर कंपनीची वाढ खूप झपाट्यानं झाली आणि आता ती टीम प्रत्येक उद्योगधंद्यासाठी एक अशा प्रकारे विभागली गेली आहे. त्यासाठी लागणाऱ्या अनुभवाची गरज बदलली आहे. शिवाय ऑटोमोटिव्ह डिपार्टमेन्टमध्ये आता एकही जागा रिकामी नाहीये. पण तू आता सर्वांत मोठ्या अशा सेमीकंडक्टर उद्योगधंद्याचं काम पाहणाऱ्या विभागात आहेस, ही चांगली गोष्ट आहे. आम्ही तुला आणखी जास्त ट्रेनिंग देऊ. आमच्या सध्याच्या स्पीडला येण्यासाठी तुला वेळ देऊ. काळजी करू नकोस. सॉफ्टवेअरचा उपयोग करणं फार कठीण नाहीये.

आम्ही सगळे हे काम करता करताच शिकलोय.' बेननं मला समजावून सांगितलं. बेनचं बोलणं ऐकून माझा हिरमोडच झाला; पण मला हो म्हणण्याशिवाय गत्यंतरच नव्हतं. मला माझी कर्जं फेडायची होती. मग मी बेनला म्हटलं, "बेन, बूट कॅम्पमधील सगळ्यांना स्टॉक ऑप्शन मिळाले होते. मलाही मिळणार आहेत का?"

"स्टॉक ऑप्शन्स सगळ्यांनाच मिळतात. तुझ्याबद्दलची ही माहिती मी नीट पाहून तुला सांगेन." आपल्या ई-मेलकडे वळत बेन म्हणाला. मग मीही माझ्या डेस्ककडे परतलो. काही मिनिटांनी तो माझ्या डेस्ककडे आला आणि मला 'युनिक्स फॉर डमीज' (ढङ्ढम लोकांसाठी युनिक्स) हे पुस्तक देऊन म्हणाला, 'तुला 'सन मायक्रो इलेक्ट्रॉनिक्स' बरोबरचं प्रोजेक्ट दिलं जाईल. काम सुरू करण्याआधी तुला आणखी एका ट्रेनिंगसाठी ॲटलांटाला जावं लागेल.' मग बेननं एक नंबर खरडलेली 'पोस्ट इट नोट' मला देत म्हटलं, "तू नोकरी स्वीकारलीस तेव्हाचा हा स्टॉक ऑप्शन आहे तुझा. हा अठरा महिन्यांपूर्वीचा असल्यानं बराच कमी आहे. पण दर तीन महिन्यांनी तुला जास्त स्टॉक्स देऊन मी याची भरपाई करेन.'

बेननं दिलेलं पुस्तक बाजूला ठेवून मी इंटरनेटकडे वळलो. तिथं मी आय टू स्टॉकच्या किमतीला बेननं दिलेल्या नंबरनं गुणलं. त्या गुणाकाराचं उत्तर म्हणजे मला मिळू शकणारी भरभक्कम रक्कम होती. मला मिळालेल्या आय टू स्टॉक्सची किंमत वॉरविकमध्ये शिक्षणासाठी मी खर्चलेल्या रकमेच्या चक्क पंधरापट जास्त होती. या नोकरीला मी चार वर्षं चिकटून राहिलो आणि त्या अवधीत आय टूला दुसऱ्या एखाद्या कंपनीनं विकत घेतलं तर मला माझ्या पगाराशिवाय तेवढी जास्त रक्कम मिळू शकणार होती. मला वाटलं की, अठरा महिने वाट पाहिल्याचं सार्थक झालं. पण तेवढ्यात मी

अठरा महिन्यांपूर्वीचा स्टॉक्सचा दर पाहिला आणि माझ्या आनंदाचं रूपांतर दोन मूर्खांवरील रागात झालं. आय टू कंपनी पब्लिक लिमिटेड होण्याआधी मला नोकरीवर घेतलं गेलं होतं आणि त्या दरम्यान आमच्या स्टॉक्सची किंमत दोनदा वाढली होती. मी ज्यांच्यावर रागावलो होतो, त्यांच्यातील पहिला मूर्ख होता, कॅपिटॉल हॉलच्या सिक्युरिटी गार्डला मारणारा माणूस; आणि दुसरा मूर्ख होता- चेन्नईच्या अमेरिकन कॉन्सुलेटमध्ये बसलेला तो अधिकारी. त्यानं माझा अठरा महिन्यांचा बे एरियामधील पगारच नाही तर आय टू स्टॉक्सच्या रूपानं मला मिळू शकणारा प्रचंड फायदाही बुडवला होता. मी या विचारांमध्ये मग्न असतानाच माझा फोन वाजला. फोनवर व्हिएन्नातील माझी नियोजित वधू होती. तिचा फोन घेता घेता माझ्या लक्षात आलं की, हे दोन मूर्ख नसते तर माझी तिची भेट कधीच झाली नसती.

मला ड्रायव्हिंग लायसेन्स लवकरात लवकर मिळवायचं होतं. त्यामुळे मी फारसा वेळ न दवडता त्यासाठी असलेली लिखित परीक्षा दिली. या परीक्षेत पास झाल्यानंतर लायसेन्स देणाऱ्या ऑफिसरनं माझ्याजवळ दुसऱ्या एखाद्या राज्याचं लायसेन्स आहे का म्हणून विचारलं. 'केरळ राज्याचं आहे' मी ताबडतोब उत्तर दिलं. त्याला बहुधा वाटलं की, हे अमेरिकेतीलच कोणतं तरी राज्य आहे. त्यानं मला लायसेन्स देऊन टाकलं. ॲटलांटामधील ट्रेनिंगनंतर पुढील सहा महिने मी सन प्रोजेक्टचं काम करण्यासाठी डलासमधील कंपनीच्या मुख्यालयात घालवले. या कन्सल्टिंग प्रोजेक्टचं काम करताना मला अगदी बथ्थड मुलासारखं वाटत होतं कारण याआधी मी कधीच कॉम्प्युटर प्रोग्रॅम्स बनवले नव्हते. वॉरविकमधील माझ्या मित्रांना मी कळवलंही की, माझं आयुष्य युनिक्स बॉक्समधील फॉरवर्ड स्लॅश, समोर झुकणाऱ्या तिरक्या रेषेमध्ये

आणि बॅकवर्ड स्लॅश, मागे झुकणाऱ्या तिरक्या रेषेमध्ये अडकून बसलंय. प्रोजेक्ट करताना मला पडलेली कोडी प्रॉडक्ट टीमच्या साहाय्यानं सोडवून मी हे प्रोजेक्ट करणारच होतो. अन् तेवढ्यात सननं हे प्रोजेक्टच रद्द करायचं ठरवलं आणि त्यातून माझी सन्मानपूर्वक सुटका झाली. नंतर बेननं मला कन्सल्टंटचं काम करण्याची परवानगी दिली. महत्त्वपूर्ण व्हॅन्स तयार करणाऱ्या सप्लाय लाइन्सचं विश्लेषण करून, मी ज्या उत्पादनांवर काम करत होतो, ते घेण्यासाठी मला क्लायंटला तयार करायचं होतं. इंडियानातील फोर्ट वेनमधील हे काम माझ्या फार आवडीचं होतं. आम्ही आमचं प्रॉडक्ट त्यांना दिलं तर त्यांच्या डिपार्टमेन्टची वाढ दुप्पट होईल, असं एका उद्योगसमूहाच्या प्रमुखाकडून वदवून घेऊन त्यांच्याबरोबर कित्येक लाखांचा करार करण्याच्या डीलमध्ये माझी फार महत्त्वाची भूमिका होती. या गोष्टीमुळे सगळ्यांना आनंद झाला आणि प्रॉडक्ट टीमच्या पार्थनं मी त्यांचा बिझनेस डेव्हलपमेन्ट हेड म्हणजेच व्यापार वाढवण्याच्या विभागाचा प्रमुख म्हणून काम करावं असं सांगितलं.

माझं आणि माझ्या नियोजित वधूचं लग्न भारतात होणार होतं, मधुचंद्र मालदिवमध्ये, एक रिसेप्शन व्हिएन्नामध्ये आणि एक माझ्या भावाच्या शहरात, लास वेगासमध्ये होणार होतं. शेवटी आम्ही डलासमध्ये आलो आणि आमचं दोघांचं एकत्रित आयुष्य सुरू झालं. माझ्या बायकोनं अमेरिकेतील वैद्यकीय स्पेशलायजेशनच्या परीक्षेसाठी तयारी केली आणि आमच्या पहिल्या अपत्यानं आपल्या आगमनाची वर्दी दिली.

क्लिंटन प्रेसिडेन्ट असतानाच्या काळात अमेरिकेत आर्थिक प्रगतीची आगेकूच चालू होती. त्यामुळे सर्व काही ठीक होतं. नंतर मात्र एकामागोमाग एक आर्थिक धक्के बसत राहिले. डॉटकॉमचा फुगा फुटला. एन्रॉन प्रोजेक्ट कोलमडून पडलं.

आर्थिक क्षेत्रातील आणखी काही वाईट बातम्या जगजाहीर झाल्या. एके दिवशी माझ्या बायकोनं मला विचारलं, 'डाउन जोन्स कोण आहे? आणि तो खाली जात आहे असं सगळे का म्हणतात?' तिच्या या प्रश्नांवरून सर्वसामान्यांच्या मनाची काय स्थिती होती हे स्पष्ट कळत होतं. माझे स्टॉक ऑप्शन्स कुणी तरी कंपनी भारी किमतीनं विकत घेईल असं वाटत असतानाच आय टूचे स्टॉक्स धडाधड कोसळले. पार रसातळाला गेले. याचा अर्थ असा होता की, मी नोकरीला लागताना स्टॉक्सचा जो भाव होता, त्याहून आत्ताचा भाव कमी झाला होता. मी एके काळी स्टॉक्समार्फत भरपूर पैसे मिळवण्याची स्वप्नं पाहत होतो; पण ती आता धुळीला मिळाली होती. स्टॉक्समधून मला एका पैशाचाही फायदा झाला नव्हता.

मी एकदा कारमधून कामाला जात होतो. मध्येच माझ्या बायकोनं मला फोन करून कळवलं की, एका विमानानं धडक दिल्यामुळे न्यू यॉर्कमधील एक इमारत कोसळली आहे. ऑफिसला पोहोचलो तेव्हा आमच्या टीममधील सगळे जण टीव्ही रूममध्ये एकत्र जमले होते. आम्ही सगळ्यांनी पाहिलं की, आणखी एक विमान दुसऱ्या टॉवरवर कोसळलं आहे. दोन इमारतींमधून आगीच्या ज्वाळा उसळत होत्या. त्यांच्यातून लोक पटापट खाली उड्या मारत होते. त्या इमारती पार नेस्तनाबूत झाल्यावर आम्ही घरी जायचं ठरवलं. आम्ही माहितीच्या सगळ्यांना फोन करून ते सुरक्षित आहेत ना, याची खात्री करून घेतली. ९/११ नंतर डॉटकॉम्सची दिवाळखोरी वाढतच गेली. नंतरच्या नऊ महिन्यांत आमच्या कंपनीत तीनदा लोकांना कामावरून कमी करण्यात आलं. आमच्या टीममधील लोकांची संख्या साठवरून सहावर आली. बायको गरोदर असताना दोनदा माझी नोकरी जातेय की काय असं वाटलं. पण सुदैवानं ती चालू राहिली. माझ्या

पहिल्या मुलीचा जन्म झाल्या झाल्या पार्थनं बे एरियातील इन्फॉर्मेटिका नावाच्या आय टूच्या पार्टनरशी माझी गाठ घालून दिली. तिथं मी सप्लाय चेन प्रॉडक्ट मार्केटिंग मॅनेजरची नोकरी मिळवू शकलो.

इन्फॉर्मेटिकामधील माझ्या सुरुवातीच्या दिवसांत कंपनी प्रॉडक्टच्या रोड शोजसाठी, ॲनालिस्ट टूर्ससाठी, तसेच कॉन्फरन्सिंगसाठी मला अमेरिकेच्या वेगवेगळ्या भागांत खूप प्रवास करावा लागे. आमची टीम खूप छान होती. माझ्या मार्केटिंगच्या मोहिमाही खूप प्रभावशाली होत. थ्री एम आणि फोर्डमध्ये मला उद्योगधंद्यांचा खराखुरा अनुभव मिळालेला असल्यानं ॲनालिस्टना मी विशेषत्वानं आवडे. पण प्रेसिडेन्टच्या आर्थिक प्रोत्साहनाचा मला सरकारकडून पहिल्यांदा सहाशे डॉलर्सचा एक चेक मिळण्यापलीकडे फारसा काही उपयोग झाला नाही. आतापर्यंत अमेरिकेचा, आपल्या देशात भरपूर आर्थिक सुबत्ता आहे, या ॲलन ग्रीनस्पॅन युगाच्या निराधार कल्पनेवरील विश्वास उडाला होता. आता ती डोनाल्ड रुम्सफील्डच्या, आपलं सैन्यबळ खूप प्रबळ आहे, या कल्पनेच्या आहारी गेलेली होती. त्यामुळे आमच्या व्यापारिक मोहिमांना फारच माफक यश मिळू लागलं. इन्फॉर्मेटिकामध्येही आर्थिक मंदीचा प्रभाव दिसू लागला. मला माझ्या नेहमीच्या कामाशिवाय आमच्या प्रॉडक्टची किंमत ठरवण्याची जास्तीची जबाबदारी मिळाली. आमच्या कोणत्याही प्रॉडक्टच्या किमतीत फक्त आपल्यालाच सवलत मिळावी, यासाठी विक्री विभागातील जगातील कोणत्याही माणसाला माझ्या मध्यस्थीची गरज भासे. त्यामुळे जागतिक पातळीवर माझं हे काम महत्त्वाचं होतं. पण त्याचा तोटा हा होता की, मी महिनाअखेरीस, तीन महिन्यांच्या अखेरीस आणि वर्षाच्या अखेरीसच्या काळात रजा घेऊ शकत नव्हतो. या संदर्भात विचारविमर्श करण्यासाठी कुठूनही फोन आला तर मला एका

तासाच्या आत 'ऑनलाइन' जाऊन त्या माणसाबरोबर चर्चा करावी लागे व विक्रीचं काम सुरू व्हावं, यासाठी त्याची सवलतीची विनंती मान्य करावी लागे. या बाबतीत माझ्याकडून दिरंगाई झाली तर तो सौदा महिन्याभरासाठी, तीन महिन्यांसाठी वा वर्षभरासाठीही पुढे ढकलला जाई. पण असा फोन कॉल आला तरच मला हे काम करावं लागे. तेही फक्त सकाळी एक तास व संध्याकाळी एक तास. बहुतेक लोक वर्षाच्या अखेरीस रजा घेत. त्या वेळी मी ऑफिसमध्ये एकटाच असे. मन बेचैन होई. खूप विचार करून मी या समस्येवरील तोडगा शोधून काढला. ऑफिसपासून दूर राहून व्यवस्थित काम करण्याचा हा माझा पहिला अनुभव होता. या कालावधीत आम्ही अमेरिकेच्या पश्चिम किनाऱ्यावर मोटारचा प्रवास करू लागलो. प्रवासाचा मार्ग मी अशा प्रकारे ठरवी की, इंटरनेट कनेक्शन असलेल्या ठिकाणी मी तासाभरात पोहोचू शकेन. माझी ही योजना पूर्णपणे यशस्वी झाली आणि सरतेशेवटी मला बाकीच्या लोकांपेक्षा जास्त सुट्ट्या मिळाल्या.

एकदा आठवड्याच्या सुट्ट्यांना जोडून बऱ्याच सुट्ट्या आल्यानं माझा भाऊ सहकुटुंब लास वेगासहून माझ्याकडे आलेला होता. मी लास वेगासला गेल्यावर तो मला तिथल्या छान-छान गोल्फ कोर्सना घेऊन गेला होता. त्याला चांगल्या गोल्फ क्लबला घेऊन जायची आता माझी पाळी होती. आम्हा दोघांनाही गोल्फ खेळायला खूप आवडतं, कारण मग आम्हाला आमच्या भारतातील कुटुंबापासून आमची कामं, भावी योजना अशा विविध विषयांवर बोलायला सवड मिळते. या वेळेस मी माझ्या भावाला बे एरियाजवळच्या हाफमून बे गोल्फ लिंक्सना घेऊन गेलो. इथून जवळच्या पॅसिफिक किनाऱ्याचं मनोरम दृश्य दिसतं. त्या सकाळी सगळीकडे दाट धुकं पसरलेलं होतं. त्यामुळे हिरवं गवत

किंवा यार्ड्सच्या खुणा दिसण्याचा प्रश्नच नव्हता. त्यामुळे आपल्या स्कोअरकडे लक्ष न देता त्या सुंदर स्थळाचा व मनसोक्त गप्पांचा आनंद उपभोगायचा, असं आम्ही ठरवलं. आम्ही बऱ्याच विषयांवर चर्चा केल्या. त्यांतील एक विषय होता भारतात परत जायचं की नाही. माझा भाऊ म्हणाला, भारतात परत जायचा पर्याय आता त्याच्याकडे राहिलाच नाहीये, कारण त्याच्या सर्व मुलांची मुळं अमेरिकेत इतकी खोल गेली आहेत, इतकी मजबूत झाली आहेत की, त्यापुढे त्याच्या एकट्याच्या भारतातील मुळांबद्दल बोलायचा प्रश्नच येत नव्हता. त्याचं बोलणं ऐकून मला लहानपणच्या जमिनीवर सावकाश चालणाऱ्या जळूची आठवण आली. भाजीतील हिरव्या अळीप्रमाणे तीही जणू एका वेळेस जमिनीचं एक-एक इंच अंतर मोजत चालत असते. ही अळी आधी आपल्या मागील पायांवर उभी राहते मग शरीराची कमान करून एक इंच पुढे जाते. एकदा का पुढच्या पायांनी जमिनीला घट्ट पकडलं की मग ती आपलं पूर्ण शरीर पुढे ओढते. अचानक मला जणू काही साक्षात्कार झाला. माझ्या बायकोनं स्पेशलायजेशनसाठी अमेरिकेत शिक्षण घेतलं आणि इथला अनुभव गाठीस बांधण्यासाठी इथंच काही वर्षं काढली, तर आम्ही भारतात परत जाण्याची शक्यता फारच कमी होईल. भारतात परत जायचं की नाही, याचा निर्णय घेण्याची हीच वेळ आहे. आपल्या अमेरिकेतील व्यावसायिक प्रगतीनं हुरळून जाऊन अमेरिकेतच स्थायिक व्हायचं की व्यावसायिक प्रगती खुंटू न देता आपल्या करिअरचा व आयुष्याचा मार्ग बदलून भारतात परत जायचं, हे आता मला ठरवायला हवं. दोन्हींपैकी एका गोष्टीची निवड मला आत्ताच करायला पाहिजे, हे मला प्रकर्षानं जाणवलं.

❖

परतीची वाट

भारतात परत जायला मी अजून पूर्णपणे तयार नव्हतो, कारण टाइम्समधील त्या लेखातील एक अट मी अजून पूर्ण केलेली नव्हती. माझ्याकडे आंतरराष्ट्रीय डिग्री होती. आशिया व उत्तर अमेरिकेतील बहुराष्ट्रीय कंपन्यांमध्ये, एमएनसी मध्ये काम केल्याचा चांगला अनुभव होता. आंतरराष्ट्रीय स्तरावर कंपनीचं काम केल्याचा मान मी मिळवला होता. पण तरीही मला आणखी एका बाजारपेठेचा अनुभव मिळवायचा होता. मी इंग्लंडमध्ये शिक्षण घेतलेलं असलं तरी माझ्याकडे युरोपमध्ये काम केल्याचा अनुभव नव्हता. मी बायकोला म्हटलं, "आपण जर इथं स्थायिक होणार नसलो तर अमेरिकेत स्पेशलायजेशन करायचे कष्ट तू कशाला करायला पाहिजेत? उलट आपण युरोपला गेलो तर आणखी एखादं सर्टिफिकेट न घेता तुला सरळ प्रॅक्टिसच सुरू करता येईल. आपण आधी इंग्लंडला जायचा प्रयत्न करू या. तिथं मलासुद्धा काम करता येईल." माझं बोलणं तिला पटलं. एक प्रकारचा हुरूप आला. मला आय टू व इन्फॉर्मेटिकासारख्या कंपन्यांमध्ये काम करायचा कंटाळा आला होता. थ्री एम आणि फोर्डच्या तुलनेत त्या खूपच लहान कंपन्या होत्या. दर तिमाहीच्या अखेरीस त्यांच्यावर

वॉल स्ट्रीटचा, शेअर मार्केटचा प्रचंड दबाव येई. शिवाय कंपनीतील दीर्घकालीन योजनांचंही आयुष्य जास्तीत जास्त म्हणजे तीन महिन्यांचं असे. माझा स्वभाव असा आहे की, एखाद्या मोठ्या समस्येत बुडून जायला मला साधारणतः सहा महिने लागतात. मग मला ती सोडवण्याची एखादी एकदम निराळी युक्ती मिळते. त्या युक्तीचा वापर करून ती समस्या पूर्णपणे सोडवेपर्यंत मी तिचा पिच्छा पुरवतो. जीवनातील या समस्येचा पाठपुरावा करताना मला कळून चुकलं की, भारतात परत जाण्याचं ध्येय साध्य करेपर्यंत मला सॉफ्टवेअर इंडस्ट्रीतील श्री एमची बरोबरी करू शकणाऱ्या कंपनीत काम करायला पाहिजे. अशी कंपनी फक्त मायक्रोसॉफ्टच होती. इंग्लंडमधील रीडिंगमध्ये असलेल्या मायक्रोसॉफ्टच्या कॅम्पसचं प्रिंटआउट घेऊन ते मी माझ्या डेस्कवर ठेवलं. माझ्या बायकोलाही मी मायक्रोसॉफ्ट कॅम्पसशेजारच्या रॉयल बर्कशायर हॉस्पिटलमध्ये नोकरीची खटपट करायला सांगितली. तिला तिथल्या इंटरव्ह्यूसाठी बोलावण आलं.

सुदैवानं माझ्या बायकोला ती नोकरी मिळाली. मी माझ्या वरिष्ठ अधिकाऱ्याला, संजयला, मला युरोपमधील कामाचा अनुभव पाहिजे आहे असं सांगितलं. त्यानं आमच्या कंपनीच्या युरोपीय टीमशी बोलून या बाबतीत मला मदत करण्याचं आश्वासन दिलं. दरम्यान इंग्लंडला जाण्याआधी मी आणि माझ्या बायकोनं अमेरिकाभर हिंडून अमेरिकेच्या सृष्टिसौंदर्याचा आनंद लुटला.

जानेवारीच्या पहिल्या आठवड्यापर्यंत माझ्या युरोपच्या बदलीबाबत काहीच कळलं नाही. मग मी विचार केला की, कंपनीला याबाबत निर्णय घेण्यास भाग पाडण्यासाठी मलाच काही तरी करावं लागेल. मी संजयला कळवलं की, माझ्या बायकोला इंग्लंडला जॉब मिळालेला आहे आणि बदली

होऊन किंवा बदलीशिवाय या महिन्याच्या शेवटी मला अमेरिका सोडून इंग्लंडला जावं लागेल. माझा हा उपाय मात्र लागू पडला. एकाच आठवड्यात मला युरोपीय मार्केटिंग मॅनेजर म्हणून इंग्लंडला जायची परवानगी मिळाली.

मी इंग्लंडला जाऊन काम सुरू केलं. आमच्या युरोपीय मार्केटिंग टीमचे निम्मे लोक इंग्लंडमध्ये राहत होते. उरलेले निम्मे लोक युरोपभर पसरलेले होते. त्यांच्या त्यांच्या देशाच्या मार्केटिंग व्यवस्थेची जबाबदारी ते सांभाळत होते. मी मायक्रोसॉफ्ट करिअर साइटवर माझं नाव व बायोडेटा घातला. आता माझ्या शिक्षणाला व अनुभवाला योग्य असं एखादं पद तिथं रिकामं झालं की, मला त्यांचा ई-मेल येणार होता.

इन्फॉर्मेटिका इंग्लंडचं ऑफिस मेडनहेडजवळच्या व्हाइट वॅल्थॅम या निसर्गरम्य गावात होतं. तिथं आमच्या ऑफिस बिल्डिंगशिवाय एक गोदाम, बरेच गुत्ते आणि दुसऱ्या महायुद्धात वापरलं गेलेलं एक विमानतळ होतं. सोमवार ते गुरुवार आम्ही गोदामात सँडविच विकणाऱ्या एकुलत्या एक काउंटरसमोर रांग लावून उभे राहत असू. मी इटालियन टूना पनिनी खायचो. थोडा गरम व मसालेदार असा तोच काय तो खाण्याचा पदार्थ होता.

ऑफिसमधील पहिल्या शुक्रवारी माझा एक सहकारी माझ्याजवळ येऊन म्हणाला, "जेम्स, शुक्रवारी आम्ही सगळे जण पबमध्ये जेवायला जातो. तू येणार आहेस आमच्याबरोबर?" पबमधील जेवण कसं असतं हे मला माहीत नव्हतं. पण आठवड्यातील लागोपाठ पाच दिवस इटालियन पनिनी खाल्ल्यावर दुसरं काहीही त्याहून जास्त चांगलं असू शकेल, असं वाटल्यानं मी त्यांच्याबरोबर जेवायला जायचं ठरवलं. प्रत्येक शुक्रवारी एखाद्या नवीन पबमध्ये जायचा त्यांचा नियम होता. मग भलेही त्यासाठी मोटारनं

थोडं दूर जायला लागो. अशा रीतीनं हा त्यांचा एकत्र येऊन फिरायला जायचा दोन तासांचा कार्यक्रम असे. त्या दिवशीचे आमचे छोटे छोटे रस्ते शेतांमधून आणि जुन्या काळच्या चर्चवरून गेले. वीस मिनिटांच्या ड्राइव्हनंतर आम्ही पबमध्ये पोहोचलो. तिथं पोचल्यानंतरच्या पहिल्याच प्रश्नानं मी आश्चर्यचकित झालो. माझ्या सहकाऱ्यांनी मला अगदी सहजपणे विचारलं, "जेम्स, काय पिणार तू? बिअर का वाइन?" याआधी मी माझ्या सहकाऱ्यांनी देऊ केलेलं ड्रिंक कधीच नाकारलं नव्हतं. पण दुपारच्या जेवायच्या सुट्टीत मला असं ड्रिंकसाठी कधीच कुणी विचारलं नव्हतं. लंचनंतर ऑफिसमध्ये जाऊन मला परत काम करायचं होतं. इंजिनिअरिंग कॉलेजमध्ये असताना आम्ही कामाचा सराव करायचो, त्या वर्कशॉपवर मोठ्या अक्षरात लिहिलं होतं, 'काम ही एक पूजा आहे. त्यामुळे हे स्थळ तुमचं पूजाघर असल्याप्रमाणे वागा.' आणि इथं, इंग्लंडमध्ये मला असा प्रश्न विचारला जात होता. सहकाऱ्यांनी दाखवलेल्या सौजन्याचा अपमान न करता मी एक चतुर उत्तर दिलं, "मला गाडी चालवायची आहे. त्यामुळे मी काहीही घेणार नाही." यावर ते लगेच म्हणाले, "अरे, आपण इथं दोन तास असणार आहोत. आणि तुझं वजन पाहता तू एक पिंट बिअर किंवा एक ग्लास वाइन रिचवूनही ड्रायव्हिंगसाठी ठरवून दिलेल्या पिण्याच्या सीमेच्या आतच असशील." शेवटी मी एक पिंट गियानिझ, थोडे मासे व चिप्स घेतले. आमचा वेळ खूप मजेत गेला. ऑफिसच्या सहकाऱ्यांबरोबर बंध व जवळीक निर्माण करण्याची ही कल्पना मला आवडली. नंतर त्यांनी मला सांगितलं की, मी युरोपीय मार्केटच्या कामावर नजर ठेवण्यासाठी हेडक्वार्टरनं पाठवलेला गुप्तहेर तर नाही ना, असा त्यांना संशय होता. त्यांना काय माहीत की, माझा करविता धनी भारतातील

वर्तमानपत्रात छापला गेलेला एक लेख होता, ज्याची दखल तो लिहिणाऱ्या लेखकानंही इतक्या गंभीरपणे घेतली नसेल! अर्थात मला ते त्यांना सांगायचंही नव्हतं.

कंपनीच्या युरोपमध्ये चालणाऱ्या कामकाजाचा अभ्यास करायला मी सुरुवात केली, तेव्हा एक गोष्ट माझ्या ध्यानात आली ती ही की, इथल्या कामातील एक महत्त्वाची अडचण आहे कंपनीच्या हेड ऑफिसमधून त्यांना मिळणारं सेल्स लिटरेचर, विक्रीसंबंधित वाचनसामग्री. तिच्यात जास्तीत जास्त गोष्टी अमेरिकन गिऱ्हाइकांच्याच होत्या. इंग्लंडमधील काही लोकांच्या गोष्टी वगळता, बाकी युरोपीय देशांमधील कुणाही गिऱ्हाइकाचे दाखले नव्हते. युरोपीय कस्टमर्सचं म्हणणं होतं की, त्यांची स्थिती अमेरिकन कस्टमर्सपेक्षा खूप वेगळी असल्यानं त्यांना अमेरिकन कस्टमर्सच्या गोष्टींचं फारसं महत्त्व वाटत नाही. तसं पाहता युरोपमधील प्रत्येक देशात सांगता येण्यासारख्या, सांगितल्या गेलेल्या खूप गोष्टी होत्या, पण त्या त्या-त्या देशाच्या भाषेत होत्या. हे सर्व पाहून मी एक नवं प्रोजेक्ट सुरू केलं. त्यानुसार मी युरोपीय गिऱ्हाइकांच्या सर्व स्थानिक गोष्टींचं प्रथम इंग्रजीत भाषांतर करून घेतलं आणि या भाषांतरित गोष्टींचं युरोपच्या वेगवेगळ्या भाषांमध्ये रूपांतर करून घेतलं. माझ्या या प्रोजेक्टमुळे युरोपमधील माझ्या यशाची सुरुवात झाली.

कौटुंबिक आघाडीवर आम्ही आमच्या रोड ट्रिप्स इंग्लंडमध्येही चालू ठेवल्या. लवकरच आमच्या लक्षात आलं की, इंग्लंडबाहेर आम्हाला विमानानं जावं लागत असलं तरी आमच्या सुट्ट्या इंग्लंडऐवजी युरोपच्या दुसऱ्या देशात घालवणं स्वस्तही पडत होतं आणि मस्तही होतं. सहा महिन्यांतून एकदा आम्ही व्हिएन्नाला, माझ्या बायकोच्या नातलगांना भेटायला जात असू. शिवाय संधी मिळताच आम्ही इटली, फ्रान्स, जर्मनी,

हंगेरीसारख्या देशांमध्ये भटकून घेत असू. आयुष्य तसं सुरळीत चाललं होतं. आम्हाला दुसरी मुलगी होण्याच्या थोडं आधी आम्ही इंग्लंडमध्ये आमचं पहिलं घर खरेदी केलं. हे घर इंग्लंडमधील मायक्रोसॉफ्ट कॅम्पसपासून दोन-एक मैलच दूर आहे, याची मी खात्री करून घेतली. या एका वर्षात मी मायक्रोसॉफ्टमध्ये वेगवेगळ्या जागांसाठी अर्ज केले होते; पण तिथून अजून एकाही जागेच्या इंटरव्ह्यूसाठी बोलावणं आलं नव्हतं. अजून तरी नशिबाची मेहेरनजर माझ्याकडे वळली नव्हती.

नवीन घरात स्थानांतर केल्यानंतर सहा महिन्यांनी मला मायक्रोसॉफ्टमधून इंटरव्ह्यूसाठी बोलावणं आलं. पण माझं प्रोफाइल, आजवरचं काम पाहता ही जागा फारच खालच्या दर्जाची होती. मला कामावर घेऊ इच्छिणाऱ्या मॅनेजरनं-स्टीव्हनं माझा रेझ्युमे वाचला आणि दोन-चारदा माझ्याबरोबर चर्चा केल्यावर तो म्हणाला, ''मी देऊ केलेलं काम तुझ्या बुद्धिमत्तेला जराही आव्हान देणारं नाहीये, त्यामुळे हे काम मी तुला देऊ शकत नाही. पण तुझी कर्तबगारी, पोस्ट कोड पाहता तुला आम्ही सोडूही शकत नाही. मी काही लोकांबरोबर बोलतो आणि मग आपण तुझ्या योग्यतेचं एखादं काम शोधू.'' यानंतर एकाच महिन्यात मी मायक्रोसॉफ्टच्या मॅन्युफॅक्चरिंग सेक्टरमध्ये इंडस्ट्री मार्केटिंग मॅनेजर या पदावर काम करू लागलो.

घरून काम करण्याचं बीज

माझं मायक्रोसॉफ्टमधील जीवन थ्री एममधील जीवनासारखंच होतं. माझा मॅनेजर- जॉन अगदी छान बॉस होता. माझी डॉक्टर बायको रात्री व आठवड्याअखेरीस काम करते आणि त्यामुळे आगाऊ सूचना दिल्यास मी वर्षातून फक्त चारदाच

परदेशाचा दौरा करू शकतो, हे त्यानं समजून घेतलं होतं. तो साधारणतः दर शुक्रवारी घरून काम करे. एका शुक्रवारी तो एका मीटिंगसाठी ऑफिसला आला. त्यानं मी अगदी एकटाच ऑफिसमध्ये काम करत आहे हे पाहिलं अन् मला विचारलं, "अरे, तू शुक्रवारी ऑफिसला का आलास?" यावर मी त्याला विचारलं, "तुम्ही सगळे शुक्रवारी घरून का काम करता?" माझ्या प्रश्नाचं उत्तर त्यानं अगदी शांतपणे दिलं, "हे बघ, आपल्या ऑफिसमधील बहुतेक सर्व जण लंडनमध्ये राहतात आणि लंडनकडे जाणाऱ्या रस्त्यावर शुक्रवारी संध्याकाळी भयंकर रहदारी असते. लोकांनी शुक्रवारी घरून काम केलं तर ते आपलं ऑफिसचं काम संपताच सुट्टीची मजा लुटू शकतात. त्यांना रहदारीत अडकून पडून आणखी दोन तास वाया घालवावे लागत नाहीत." मग त्यानं मला त्याचं स्वतःचं आणि दुसऱ्या मॅनेजरची कामाची कॅलेंडरं पाहायला सांगितली. मी पाहिलं की, त्यांच्या शुक्रवारच्या कामांच्या यादीत खूपसे कॉन्फरन्स फोनकॉल्स होते आणि प्रत्यक्ष हजर राहून करण्याच्या मीटिंग्ज आठवड्याच्या इतर दिवसांत ठेवलेल्या होत्या.

माझ्या घरापासून ऑफिस तसं दूर नव्हतं, पण तरीही शुक्रवारी ऑफिसला येणं फार कंटाळवाणं वाटे. मग घराच्या मागच्या बाजूस असलेल्या बागेकडे तोंड असणाऱ्या सगळ्यात लहान बेडरूममध्ये मी माझं ऑफिस थाटलं. आता शुक्रवारी ऑफिसचं काम मी तिथून करायला सुरुवात केली. काम करत असताना मी बागेत इकडून तिकडे हिंडणाऱ्या खारींना, चिवचिवणाऱ्या पक्ष्यांना व माझ्या छोटुकल्यांना खेळताना पाहू शकत असे. अंधार पडण्यापूर्वी मी मुलींना घेऊन जवळच्या बागेत जात असे.

अनुभवात्मक व्यवसाय करण्याची कला

मायक्रोसॉफ्टमध्ये असताना मी कस्टमरबरोबरच्या राउंडटेबल कॉन्फरन्समध्ये वेगवेगळे प्रयोग करायला सुरुवात केली. एखाद्या टेबलाभोवतीच्या या छोट्या मीटिंगसाठी मी कस्टमरच्या एका छोट्या गटाला व त्यांना ज्या विषयाबद्दल माहिती पाहिजे, त्या विषयाच्या काही तज्ज्ञांना बोलवत असे. लवकरच माझ्या लक्षात आलं की, मायक्रोसॉफ्टच्या सर्वांत हुशार विक्रेत्यापेक्षाही आमच्या प्रॉडक्टबद्दल समाधानी असलेले कस्टमर त्याचे काय फायदे आहेत, हे जास्त चांगल्या प्रकारे सांगू शकतात. शिवाय ते त्यांच्या बोलण्याची, कन्सल्टिंग फीही आकारत नाहीत. त्यामुळे या मीटिंगच्या बजेटमध्ये मुख्य वक्त्यासाठी राखून ठेवलेली फी मी त्या मीटिंगमध्ये भाग घेणाऱ्यांना एक नवा छान अनुभव देण्यासाठी वापरू लागलो. या मीटिंग मी कस्टमरना आवडणाऱ्या ठिकाणी उदाहरणार्थ, इंग्लंडच्या फुटबॉल सुपरस्टारच्या ड्रेसिंग रूमला दिलेल्या भेटीसह, वेंबले स्टेडियमच्या एका बॉक्समध्ये किंवा सीनिअर एक्झिक्युटिव्हजना रिटायर होण्याआधी विकत घ्यायला आवडेल अशा कित्येक लाख पौंड्स किमतीच्या राजमहालासारख्या शानदार पेंट हाउसमध्ये ठेवत असे. यासाठी मी नावाजलेल्या बक्षीस समारंभातील सर्वांत महत्त्वाची टेबलं किंवा जिथं एखाद्या समारंभात ड्रेस कोड असे अशा ठिकाणच्या मेजवान्या मी आगाऊ पैसे भरून माझ्या गिऱ्हाइकांसाठी राखून ठेवी. नोकरीतील मला गुरुस्थानी असलेल्या पीटरच्या साहाय्यानं माझी या मीटिंग्जच्या व्यवस्थापकपदावरून, त्यांचा मुख्य कर्ता-धर्ता यजमान या पदापर्यंत प्रगती झाली. आमची सर्वश्रेष्ठ गिऱ्हाइकं आवर्जून माझ्या मीटिंगला येत आणि त्यांच्याबद्दल प्रशंसात्मक शेरे लिहीत.

मायक्रोसॉफ्टच्या इंग्लंड ऑफिसमधील माझा एक सहकारी

मनोजही भारतातून आलेला होता. त्याचं बॅकग्राउंडही माझ्यासारखंच होतं. मी इंग्लंडमधील मायक्रोसॉफ्टमध्ये कामाला लागून एक आठवडा झाला होता. बोलता बोलता मनोजनं मला विचारलं की नोकरीच्या बाबतीत तुझं दूरवरचं ध्येय काय आहे. मी म्हटलं, 'पुढील तीन ते पाच वर्षांत मला भारतात परत जायचंय.' माझं म्हणणं उडवून लावत तो म्हणाला, 'आयटीच्या व्यावसायिक नोकरीसाठी भारतातून इथं आलेला प्रत्येक जण सुरुवातीला असंच म्हणतो, पण नंतर त्याचा विचार बदलतो.' मनोज दर वर्षी एकदा मला हाच प्रश्न विचारी. तिसऱ्या वर्षीही माझ्या तोंडून तेच उत्तर ऐकून तो म्हणाला, "हे बघ जेम्स, तीन ते पाच वर्षांत भारतात परत जायचं असं तू सारखं म्हणतोस; पण तुझ्या लक्षात येतंय का, की तू इथं येऊन आता तीन वर्ष होत आलीयेत. तुझ्या भारतपरतीच्या योजनेबाबत तू फारसा गंभीर दिसत नाहीस." या बोलण्यानंतर काहीच दिवसांत मला जोनचा मेसेज आला. जोन हा अमेरिकेतील एका औद्योगिक कंपनीचा प्रमुख होता. दर वर्षी मी कंपनीच्या खर्चानं ड्रेसकोड असलेला ब्लॅक टाय डिनर पुरस्कार आयोजित करत असे. त्यातील एका डिनरसाठी तो दर वर्षी अमेरिकेतून विमानानं इंग्लंडला येई. जोननं मला मेसेज पाठवला होता की 'एनर्जी सेक्टर- ऊर्जा विभागातील एका विशिष्ट प्रॉजेक्टसाठी हेड ऑफिसमध्ये काम करणारा मायकेल नावाचा माणूस इंग्लंडला येत आहे. त्याच्या मीटिंगला तू हजर राहशील का?' मी मायकेलचं प्रोफाइल पाहिलं आणि माझ्या लक्षात आलं की, हेड ऑफिसमध्ये परत जाण्याआधी मायकेल कंपनीचं आशिया-पॅसिफिक भागातील काम पाहत असे. सांगायची आवश्यकता नाही की मी मायकेलच्या मीटिंगला आवर्जून गेलो. मीटिंग संपल्यावर मी मायकेलकडे त्यानं लंडनला परत जाण्यासाठी

टॅक्सी ठरवलीय का, याची चौकशी केली. मायकेल म्हणाला, "हे बघ, पृथ्वीवरील कार्बन फूटप्रिंट, कार्बन डाय ऑक्साइड आपल्याकडून वाढू नये, याबाबत मी फार जागरूक आहे. त्यामुळे मी सार्वजनिक वाहनानं रेल्वे स्टेशनला जाईन आणि रेल्वेनं लंडनला." ही संधी साधून मी मायकेलला म्हटलं, "माझं घर स्टेशनच्या जवळच आहे. तुमची हरकत नसेल तर मी तुम्हाला रेल्वे स्टेशनला सोडू शकतो." त्यानं होकारार्थी उत्तर दिलं. मग त्या वीस मिनिटांच्या प्रवासात मी त्याला माझी भारतात परत जाऊन आपल्या देशाच्या विकासासाठी काम करण्याची इच्छा बोलून दाखवली. त्यानंतर फार जलद गतीनं सूत्रं हलली. केवळ सहा महिन्यांच्या आतच मनोज आणि आमच्या कौटुंबिक मित्रांनी आमचा निरोप समारंभ आयोजित केला. मनोजला अजून वाटत होतं की, कदाचित सहाच महिन्यांत आम्ही परत इंग्लंडला येऊ. त्यामुळे त्यानंतर आणखी सहा महिन्यांसाठी आपलं इंग्लंडमधील घर तसंच ठेवण्याचा आम्हाला सल्ला दिला. तो म्हणाला की, आपण यापुढे भारतातच राहायचंय असा मनाचा पक्का निश्चय झाल्यावरच मी त्या घराचं काय करायचं ते ठरवावं.

मायकेलनं मायक्रोसॉफ्टच्या त्यावेळेसच्या चेअरमनना एक मेल पाठवली होती. चेअरमन रवी वेंकटशननं फोन करून मला कोणत्या प्रकारचं काम करायला आवडेल, हे विचारलं. याबाबत मी बराच विचार करून ठेवलेला होता. एक तर मी केरळमधील माझ्या स्वतःच्या गावात राहून चेअरमनच्या ऑफिसमधील पुढील महत्त्वाच्या योजना करण्याचं त्या मानानं लहानसं काम करू शकत होतो किंवा इंग्लंडमध्ये असताना मी जे काम करत होतो तेच इथंही करू शकत होतो. मायकेलला माझा चेअरमनच्या ऑफिससाठी काम करण्याचा विचार जास्त आवडला होता; पण माझा व्यवसायगुरू

पीटरनं, माझी आपल्या गावात जाऊन राहण्याची तीव्र इच्छा माहीत असल्यानं मला सल्ला दिला की, कुटुंबाला आणखी एकदा हलवण्यापेक्षा मी कंपनीतील त्या मानानं कमी महत्त्वाचं कामच स्वीकारावं. पण अमेरिकेतून इंग्लंडमध्ये स्थानांतर केल्यावर माझ्या लक्षात आलं होतं की, कुटुंबासह कुठंही जाणं फार जिकिरीचं असतं, त्यामुळे कंपनीला दोन-दोन पर्याय देण्यात अर्थ नाही. मग मी इंग्लंडमध्ये करत असलेलं कामच भारतात करणं पसंत केलं. त्यामुळे मी भारतात येताच ऑफिसचं काम लगेच सुरू करू शकलो आणि भारतात माझ्या कुटुंबाचं बस्तान बसायला मदत करण्यासाठी थोडा मोकळा वेळही काढू शकलो. या वेळेस माझी बायको सात महिन्यांची गरोदर होती. कंपनीनं मला नवी दिल्लीजवळच्या हेड ऑफिसऐवजी बंगळूरमधून काम करण्यास परवानगी द्यावी, यासाठी मला कणखरपणानं काही वाटाघाटी कराव्या लागल्या. मला प्रत्यक्ष न पाहता व्यवस्थित काम करायची ऑफिसमधील लोकांना सवय व्हावी, यासाठी मी अवलंबलेली ही युक्ती होती. कारण शेवटी केरळमधील आपल्या गावी जाऊन स्थायिक होणं, हाच माझा खरा हेतू व बेत होता. माझ्यासमोर दुसरा कोणता पर्यायही नव्हता. कारण माझ्या बायकोला मल्याळीशिवाय दुसरी कोणतीही भारतीय भाषा येत नव्हती. ती डॉक्टर असल्यानं स्थानिक भाषेत तिनं आपल्या पेशंटशी बोलावं, ही तिची व्यावसायिक गरज होती.

पहिल्या काही महिन्यांत मी मायक्रोसॉफ्टच्या भारतातील सर्व ऑफिसमध्ये जाऊन आलो. त्यामुळे मला येथील परिस्थितीचा आवाका आला. इथं कसं काम करावं, याचा मी तीन महिन्यांत एक आराखडा तयार केला. दरम्यान माझ्या तिसऱ्या मुलीचा जन्मही झाला. आता आमचं कुटुंब खऱ्या अर्थानं

जागतिक कुटुंब झालं. माझ्या तीन मुली अमेरिका, इंग्लंड व आशिया अशा तीन खंडांत जन्मलेल्या होत्या आणि वर्तमानपत्रातील त्या लेखात लिहिलेल्या सर्व अटी मी पूर्ण केलेल्या होत्या. मी परदेशात होतो तेव्हाच्या दहा वर्षात भारत आर्थिक दृष्ट्या खूपच विकसित झालेला होता. येथील बऱ्याच कंपन्या बहुराष्ट्रीय एमएनसी झालेल्या होत्या. भारतात राहिलेले माझे बरेच मित्र या प्रगतीच्या लाटांवर स्वार झाले होते. वेगवेगळ्या कंपन्यांमध्ये ते खूप मोठ्या हुद्द्यांवर काम करत होते. आता खरा प्रश्न हा होता की, जगातील वेगवेगळ्या देशांमध्ये काम करण्याचा माझा अनुभव भारतात काम करण्यासाठी उपयोगी पडणार होणार होता की वाया जाणार होता. कदाचित भारतात काम करण्याची हातोटी मी गमावलेलीही असू शकत होती.

इंग्लंडमध्ये सेल्स टीमच्या सहकार्यानं, छोट्या-छोट्या बिझनेस मीटिंग्जमध्ये कंपनीसाठी चांगला बिझनेस मिळवण्याच्या उद्देशानं कस्टमर्सना बोलतं करण्याच्या तंत्रात मी नैपुण्य मिळवलेलं होतं. भारतात आल्यानंतर तीन महिन्यांनी मी इथं त्या तंत्राचा वापर सुरू केला. चेन्नईच्या पहिल्या मीटिंगपासूनच त्यानं आपला प्रभाव दाखवायला सुरुवात केली. येथील सर्व प्रमुख शहरांमध्ये त्याला प्रचंड यश मिळालं. इंग्लंडमध्ये लंडन या एका शहरात मी जे काही करायचो, ते भारतातील पाच शहरांमध्ये मला करायला लागायचं. याचा हा अर्थ होता की, माझ्या बंगळूरच्या ऑफिसमध्ये मी लंडन ऑफिसच्या तुलनेत एक-पंचमांश वेळच राहत होतो. शुक्रवारी इंग्लंडप्रमाणे मी घरूनच काम करत होतो. आम्ही सुट्ट्यांमध्ये कारनं केरळमधील आमच्या गावी जायचो आणि तिथंच कायमस्वरूपी राहण्यास योग्य अशा जागांचा शोध घ्यायचो. मी कोची विमानतळापासून कारनं दहा मिनिटांच्या आणि आमच्या

वाडवडिलांच्या घरापासून पंचेचाळीस मिनिटांच्या अंतरावर असलेली जमीन विकत घेतली. आमचं हे धावपळीचं आयुष्य वर्षभर चालू राहिलं. माझ्या कामाच्या प्रगतिपुस्तकात उत्कृष्ट हा शेरा मिळाला आणि मग मी पुढचं पाऊल उचलायचं ठरवलं.

घरी येण्यासाठी घेतलेली अखेरची उडी

बंगळूरचा विमानतळ शहराबाहेर हलवला गेला. एअरपोर्ट दूर झाल्यामुळे शहरातून तिथं जायला दीड तास लागू लागला. सर्व प्रकारचं चेकिंग होऊन विमानात बसेपर्यंत आणखी पाऊण तास लागू लागला. यात माझा खूपच वेळ जाऊ लागला. एकदा मी माझ्या मॅनेजरला- पुनीतला म्हटलं, ''मी इतक्यांदा विमानप्रवास करतो की, बंगळूरप्रमाणे विमानतळापासून दूर राहण्यापेक्षा मी कोचीच्या विमानतळाजवळ राहणंच जास्त चांगलं आहे. शिवाय मी कोचीला राहिलो तर माझ्या बायकोलाही आपलं काम परत सुरू करता येईल.'' पुनीतचा माझ्या या विचाराला पाठिंबा होता. पण तो प्रत्यक्षात आणण्यासाठी त्याला त्याच्या वरच्या अधिकाऱ्यांच्या संमतीची गरज होती. त्यासाठी त्यानं प्रयत्न केला; पण आम्हाला नकारात्मक उत्तर मिळालं. पण मी निराश झालो नाही. आणखी एखाद्या संधीची वाट पाहू लागलो.

स्किप लेव्हल मॅनेजर म्हणजे माझ्या मॅनेजरचा मॅनेजर. माझ्या नोकरीतील प्रगतीबद्दल माझ्या स्किप लेव्हल मॅनेजरबरोबर, तरुणबरोबर चर्चा करताना मी माझा आपल्या स्वतःच्या गावात राहून काम करण्याबद्दलचा विचार परत एकदा बोलून दाखवला. माझ्या भावी योजनेबद्दल बोलताना मी त्याला म्हटलं, ''हे बघ, मी भारतात राहीन की नाही, हे खूप अनिश्चित आहे. खरं तर माझ्या मनात केरळला राहायला

जायचं आहे. तिथं गेल्यास माझ्या डॉक्टर बायकोला आपला व्यवसाय सुरू करता येईल. मला केरळला जाता आलं नाही तर माझी भारतातील तीन वर्षांची नोकरी संपताच मी इंग्लंडला परत जाईन. तू आम्हाला आम्ही ठरवलंय तसं करू दिलंस तर आम्ही कायमचे भारतात राहू.'' एवढं सगळं स्पष्ट करून सांगितल्यावर तरुणला माझा विचार बरोबर वाटला. पुढील वेळेस तो माझ्या योजनेसाठी वरिष्ठांची संमती घेऊन आला. पण ती संमती काही अटींसह होती. त्यांचं उत्तर होतं, ''तुझ्या कामाची पद्धत आम्हाला माहीत असल्यामुळे अपवाद म्हणून आम्ही तुला ही संधी व संमती देत आहोत. पण सहा महिने आम्ही तुझं काम पाहू. ते आमच्या अपेक्षेप्रमाणे झालं नाही तर तुला परत इथं यावं लागेल.'' काही का असेना, मला पाहिजे असलेली परवानगी तर मिळाली!

आमच्या मुलींना, आमच्या केरळमध्ये विकत घेतलेल्या जमिनीजवळच्या शाळेत ॲडमिशन मिळाली. तिथं आमच्या घराचं बांधकाम अजून चालू होतं. तीन महिन्यांत आम्ही केरळमध्ये राहायला गेलो आणि तिथून आपलं काम करायला लागलो.

सकाळी सहा वाजता एक कप चहा पिऊन मी माझ्या घरच्या ऑफिसमध्ये कामाला लागे. बंगळूर किंवा अन्य मोठ्या शहरांतील माझे सहकारी घरापासून ऑफिसपर्यंतचा लांबचा प्रवास करून ऑफिसमध्ये पोहोचत, तोपर्यंत माझं अर्ध्या दिवसाचं काम संपलेलं असे. मी स्वतः शोधून वापरात आणलेला, कस्टमरच्या खास मीटिंगचा कार्यक्रम मी चालूच ठेवला. कामाची माझी ही खास पद्धत मला आंतरराष्ट्रीय प्रसिद्ध ठिकाणी घेऊन गेली. या मीटिंग मी बुर्ज अल अरबच्या सर्वांत वरच्या मजल्यावर, पेट्रोनाज टॉवर्सवर व फी फी बेटांमधील नयनरम्य ठिकाणी आयोजित केल्या.

त्याही भारतात अशा मीटिंगना जेवढा खर्च आला असता त्याहून कमी खर्चात. माझ्या नोकरीचं काम आणि घरगुती जीवन यामध्ये खूप तफावत होती; पण मला ती खूप आवडत असे. एखाद्या सकाळी हैद्राबादला जिममध्ये माझी अन् स्टीव्ह बालमेरची अचानक गाठ पडे. त्याच्या दुसऱ्याच दिवशी सकाळी मी आपल्या मुलीबरोबर कोचीच्या खाडीत ताजी कोळंबी पकडत असे.

एके दिवशी मी पब्लिक सेक्टर उद्योगसमूहाच्या वरिष्ठ अधिकाऱ्यांसमोर जगात कुशल इंजिनिअर लोकांची किती कमतरता आहे, याबद्दल बोलत होतो आणि त्याच्या दुसऱ्या दिवशी माझ्या घराजवळच्या बेटावरील शेतकऱ्यांच्या समूहाला, शेतीतज्ज्ञांबरोबर शेताची भागीदारी करण्यात त्यांचा कसा आणि किती फायदा आहे, हे समजावून सांगत होतो.

ऑस्कर घरी चालून आलं

एव्हाना आम्हाला केरळमध्ये येऊन सहा महिने झाले होते. मी इथं राहून केलेल्या कामाचं परीक्षण तपासून येण्याचे दिवस होते ते. एके दिवशी सकाळी सहा वाजता माझा फोन घणघणला. माझ्या स्किप लेव्हल मॅनेजरनं- तरुणनं मला एक एसएमएस केला होता. त्यात लिहिलं होतं, 'ई-मेल चेक कर आणि जल्लोशासाठी तयार हो.' मायक्रोसॉफ्ट इंडियाच्या चेअरमन रवी वेंकटेशननं जाहीर केलं होतं की, जेम्स जोसेफनं 'सर्कल ऑफ एक्सलन्स अवॉर्ड' जिंकलेलं आहे. हे अवॉर्ड आपल्या क्षेत्रात सर्वश्रेष्ठ काम केल्याबद्दल मिळत असे. या पुरस्कारामुळे मला आमच्या सेल्स कॉन्फरन्समध्ये स्टीव्ह बालमेरकडून पुरस्कार घेण्यासाठी अमेरिकेला जायला मिळणार होतं. तसंच कंपनीच्या सर्वांत वरिष्ठ अधिकाऱ्यांसमवेत एका प्रीतिभोजनात भाग घेता येणार होता. त्या वर्षी मायक्रोसॉफ्टला,

ही कंपनी कामगारांच्या दृष्टीनं जगातील सर्वांत चांगली कंपनी असल्याचा सन्मान मिळाला होता. टाइम्समधील 'त्या' लेखात दिलेल्या सर्व आवश्यक गोष्टींची पूर्तता केल्यावर आता मला कामगारांच्या दृष्टीनं जगात सर्वोत्तम ठरलेल्या कंपनीकडून मी सर्वोत्तम काम करणाऱ्यांपैकी एक असल्याचा बहुमान मिळाला होता. मला कृतकृत्य झाल्यासारखं वाटलं. मी एका लहान गावातील घरगुती ऑफिसमधून काम करत असे. याला मी 'देवाजीचं ऑफिस' म्हणत असे. आता मला एका अशा उत्पादनाची गरज होती, ज्याच्या साहाय्यानं मी आपल्या व्यापाराचं जाळं जगभर पसरवू शकेन.

देवाजीच्या ऑफिसमधून मी आणखी तीन वर्षं नोकरी केली. कॉन्फिडरेशन ऑफ इंडियन इंडस्ट्रीज (सीआयआय) च्या कोचीत झालेल्या कॉन्फरन्समध्ये मी याचा उल्लेख करेपर्यंत हे माझं छोटंसं गुपित गुपितच राहिलं होतं. त्या वेळचे इन्फोसिसचे सीइओ व सीआयआय दक्षिणचे प्रसिडेंट क्रिस गोपालकृष्णन मला तेव्हा म्हणाले की, माझा हा अभूतपूर्व अनुभव मी लिहून ठेवावा. तो वाचल्यानं आयटी क्षेत्रात काम करणाऱ्या माझ्या कित्येक सहकाऱ्यांना आपापल्या शहरात परत येऊन काम करण्याची प्रेरणा मिळेल. भारतात परतल्यानंतर पाच वर्षांनी मी जड अंतःकरणानं मायक्रोसॉफ्ट आणि त्यातील जणू माझ्यासाठीच निर्माण केलेल्या एक्झिक्युटिव्ह एन्गेजमेन्ट पदाचा राजीनामा दिला. मी राजीनाम्यासाठी निवडलेली वेळ अगदी बरोबर होती; कारण माझ्या पत्नीला डॉक्टरीचा व्यवसाय करण्यासाठी लवकरच लायसेन्स मिळणार होतं. हे पुस्तक लिहिण्यासाठी मी जेवढा वेळ मोकळा काढून ठेवला होता, त्या वेळात तिच्या प्रॅक्टिसचं बस्तान नीट बसलं असतं. त्यानंतर माझ्या देवाजीच्या ऑफिसमधून परत जागतिक स्तराची नोकरी करण्याचा माझा मानस होता. पण देवाजीच्या

मनात काही वेगळंच होतं. माझ्या परसदारी मिळणाऱ्या एका साध्यासुध्या फळाचा जगभर उदो उदो करण्याचं माझ्या आयुष्यातील महत्त्वाचं काम मला अगदी योगायोगानं मिळालं.

सामाजिक हेतूनं केलेली सुरुवात - जॅकफ्रूट ३६५ टीएम

'आकस्मिक घबाड मिळणं हे गवताच्या भाऱ्यात एखादी सुई शोधायला जावं आणि शेतकऱ्याची आख्खी मुलगी मिळावी, असं आहे.' हे उद्गार आहेत, सर हॅन्स कॉर्नबर्गचे. इंग्लंडमध्ये केंब्रिजला मायक्रोसॉफ्टच्या पहिल्या समुद्रपार रिसर्च सेंटरची स्थापना करताना रॉजर नीडहॅमनं ते उच्चारले होते. मलाही घबाड मिळालं होतं, माझ्या प्रिय फळाच्या-फणसाच्या रूपात.

हॉटेल्समध्ये माझं प्रिय फळ, फणस वर्षभर कसं पुरवावं, याचा माझा स्वतःचा शोध सुरू झाला. या माझ्या शोधात माझ्याबरोबर ताज ग्रुप ऑफ हॉटेल्सचे कॉर्पोरेट शेफ हेमंत ओबेराय होते. २६/११ च्या दहशतवादी हल्ल्यात मृत्यू पावलेल्यांना श्रद्धांजली वाहण्यासाठी २०१० मध्ये मिशेल व बराक ओबामा मुंबईच्या ताजमहल पॅलेस हॉटेलमध्ये आलेले होते. त्या वेळेस शेफ ओबेरॉयनं त्यांच्यासाठी एक खास जेवण तयार केलं होतं, असं माझ्या वाचनात आलं. तसं जेवण तो माझ्या खास कस्टमरसाठी बनवू शकेल का, हे पाहण्यासाठी मी त्याच्याशी संपर्क केला होता. त्यानं बनवलेलं अप्रतिम जेवण आम्हाला त्याच्या शेफ स्टुडिओमध्ये चाखायला मिळालं. ते जेवण इतकं अप्रतिम होतं की, मग मी देशभरातील वेगवेगळ्या शहरांत आयोजित केलेल्या मेजवान्यांमध्ये त्याला हे पदार्थ करायची विनंती केली. शेफ ओबेरॉयनं तयार केलेले सर्वच पदार्थ खास होते; पण त्यांतील 'वर्की क्रॅब (खेकडा)' तर इतका छान होता की, 'तो परत

एकदा सगळ्यांना वाढ' असं सांगायचा मोह आम्ही टाळू शकलो नाही.

आमच्या पाहुण्यांपैकी दोघांनी प्रथम 'वर्की कुंभ'ची निवड केली होती. यात खेकड्याच्या मांसाऐवजी मशरूम वापरलं जातं. पण आमचा उत्साह पाहून तेही 'वर्की क्रॅब'च्या चाहत्यांमध्ये सामील झाले. त्याच वेळेस माझ्या मनात विचार आला की, शेफनं मशरूमऐवजी कच्च्या फणसाच्या गऱ्यांचा उपयोग का बरं नाही केला? नाही तरी शेकडो वर्षांपासून फणसाला 'शाकाहारी मांस' म्हटलं जातंच. मी मेनू कार्डमध्ये पाहिलं. तिथं 'वर्की जॅक'चं नाव नव्हतं. नंतर मला कळलं की, सामान्यतः उच्च प्रतीच्या पदार्थांच्या यादीत शेफ फणसाच्या पदार्थांचा समावेश करत नाहीत. याला तीन कारणं आहेत. एक म्हणजे फणस हे फळ वर्षातील काही महिनेच मिळू शकतं. फणस चिकट असल्यानं स्वयंपाकघरात त्याचा वापर करणं जिकिरीचंही असतं. शिवाय त्याचा वास इतका उग्र असतो की तो स्वयंपाकघरात लगेच पसरतो. मुंबईत जेवण करताना मला प्रकर्षानं जाणवलं की, भारतातील शेफनं फणसाचा उपयोग केला नाही तर बाहेरदेशी त्यांचा वापर होईल याची आशाच करायला नको. पण आरोग्याच्या दृष्टीनं फणसाचे इतके फायदे आहेत की, त्याच्याकडे दुर्लक्ष करणंही शक्य नव्हतं. फणसाला लोकप्रिय करण्याचा विचार माझ्या डोक्यातून काही केल्या जात नव्हता. माझे ऐंशी वर्षांचे आंधळे मामा आपलं पिढ्या न् पिढ्या चालत आलेलं ज्ञान मला देत. ते म्हणत की, 'अंगणात फणसाचं झाड असेल तर आपलं आयुष्य दहा वर्षांनी वाढतं. त्याचा फळ येण्याचा काळ लहान असला तरी त्या काळात, बाटलीचा ब्रश जसा बाटली लख्ख करतो, तसा फणस आपल्या आतड्यांच्या भिंती साफसूफ करतो.'

मॅकडोनल्ड इंडियाच्या शाकाहारी बर्गरची लोकप्रियता पाहून मी सर्वांत आधी फणस बर्गर करण्याचा प्रयोग केला. बर्गर चवीला छान लागत होता; पण लवकरच माझ्या लक्षात आलं की, या गोष्टीच्या सप्लाय चेनमधील भारतातील शीतगृहं फारच कमकुवत आहे. चेन्नईला व्हिसा घेण्यासाठी रेल्वेनं जात असताना डॉ. थॉमस कोशींबरोबर माझं झालेलं संभाषण मला आठवलं. त्यांनी सुरू केलेल्या मसाल्याच्या पदार्थांच्या निर्यात व्यवसायात ते हिरवी मिरी कसे सुकवायचे, हे त्यांनी मला समजावून सांगितलं होतं. पित्याच्या मृत्यूनंतर कोशींचा मुलगा त्यांचा निर्यात व्यवसाय सांभाळत होता. भारतात शीत गृहांची व्यवस्था ठीक नाहीये, या माझ्या चिंतेचं त्यानं निराकरण केलं. त्यानं त्यावर फळ फ्रिजमध्ये ठेवून सुकवण्याची कल्पना सुचवली.

फ्रिजमध्ये ठेवून फणस सुकवण्याचा प्रयोग मी सुरू केला तेव्हा माझ्यातील आय टू सप्लाय चेन कन्सल्टंटच्या लगेच लक्षात आलं की, फ्रिजड्राइंगला जो खर्च येत होता तो मालवाहतुकीचा खर्च, मालसाठवणीचा खर्च व इतर खर्च यांना काटशह देऊन आमचा फार मोठ्या प्रमाणात नफा करून देत होता. फ्रिजड्राइंगनं फळाचं वजन ब्याऐंशी टक्के कमी केलं जातं. पॅक केलेलं फळ आपण खोलीच्या नेहमीच्या तापमानात ३६५ दिवस साठवून ठेवू शकतो. सुक्या फणसापासून शेफ पाहिजे तेव्हा तो पदार्थ तयार करू शकतो, कारण फणसाला पहिल्यासारखं रसरशीत करण्यासाठी फक्त दहा मिनिटांचा अवधी पुरेसा असतो.

मी नोकरी करत होतो तेव्हा भारतातील व परदेशातील बऱ्याच शेफबरोबर माझा जवळचा संबंध आला होता. त्यामुळे मी त्यांना स्वयंपाकात फणसाचा वापर करायला सांगितला, तेव्हा त्यांनी तो सढळपणे केला. मी पुरवलेल्या सुक्या

फणसांपासून त्यांनी इतके तऱ्हेतऱ्हेचे पदार्थ तयार केले की, मी चकितच झालो. लवकरच मला कळलं की, पिकलेल्या फ्रिजड्राइड फणसात सफरचंद घालून आपण कोणताही पदार्थ तयार करू शकतो. तसेच कच्च्या ड्राइड फळात बटाटा, मांस, सोया पनीर व कॉलीफ्लॉवर घालून आपण कोणताही पदार्थ बनवू शकतो. फ्रिजमध्ये सुकवलेल्या फणसाचं आणखी एक महत्त्वाचं वैशिष्ट्य हे आहे की, त्याच्यातील पाण्याचा अंश कितपत वाढवायचा, हे ठरवून शेफ त्याचा वेगवेगळ्या प्रकारे वापर करू शकतो. फणसाची पूड करून ते त्याचा पॅना कोटा- एक प्रकारचं पुडिंग करू शकतात. त्याला कुरकुरीत करून वेगवेगळ्या ओरिएंटल डिशेस करू शकतात. काटी रोल (मैद्याच्या पोळ्यांमध्ये भाज्या किंवा कालवण घालून त्याची केलेली घट्ट गुंडाळी) करण्यासाठी त्याला लुसलुशीत करू शकतात किंवा पाय वा लसाग्ना करण्यासाठी त्याची पेस्टही करू शकतात. फणसानं माझ्यासाठी अलिबाबाची गुहाच उघडली होती. ही माझ्या आयुष्यातील घबाड गवसण्याची वेळ होती. मी फ्रिजमध्ये फणस सुकवण्याच्या बेतासाठी माझा आधीचा फणस बर्गरचा बेत रद्द केला.

योगायोगानं बनलेला उद्योजक

भारतातील कोल्ड स्टोअरेजचा अभाव वर्षभर फणसाचा पुरवठा करण्याच्या मार्गातील मुख्य अडथळा होता. फणसाला फ्रिजमध्ये ठेवून सुकवण्याचा पर्याय मिळाल्यानं हा अडथळा दूर झाला. हा उत्तम पर्याय आहे, हे पटल्यावर माझा खाद्य उद्योगात नाव मिळवलेल्या उद्योजकांचा शोध सुरू झाला. खाद्य उद्योगाचा मला अजिबात अनुभव नव्हता. मी केरळमधील सर्वांत जास्त सांबार पावडर तयार करणाऱ्या ईस्टर्न करी पावडरच्या नवस मीरनला जाऊन भेटलो. माझी कल्पना

त्याला समजावून सांगण्यासाठी मी त्याच्यासमोर एक प्रेझेन्टेशन केलं. ते संपता संपता मीरन म्हणाला, 'जेम्स, तू प्रेझेन्टेशन करत होतास तेव्हा हा व्यापार कसा लाभदायक होईल, इकडे माझं लक्षच नव्हतं. माझं सगळं लक्ष तुझ्याकडे होतं. फणसाला व्यवस्थित बाजारपेठ मिळावी, हे तुला किती प्रकर्षानं वाटतंय. त्यासाठी तू जीव ओतून किती वेड्यासारखं काम करतोयस. तुझं हे वेड, तुझी ही तीव्र इच्छा, त्यामुळे मिळणारी ऊर्जा, तू दुसऱ्या माणसात कशी घालू शकशील. माझ्या मते तुझी ही इच्छा, योजना तुझ्या मनाप्रमाणे साकार व्हावी असं तुला वाटत असेल तर हे काम तूच हाती घेतलं पाहिजेस.' मीरनच्या त्या शब्दांचा मार मला टनभर विटांप्रमाणे किंवा फणसांप्रमाणे जोरदार वाटला. त्या शब्दांनी माझ्या मनातील विखुरलेले तुकडे जोडले गेले आणि मला स्पष्ट दिसू लागलं.

१) मी मायक्रोसॉफ्टच्या सीइओंच्या सिएटलमधील समीटमध्ये होतो. तिथं हजर असलेल्या एकानं वॉरन बफेटला विचारलं होतं, 'तुम्ही सुरू करत असलेल्या उद्योगात गुंतवण्यासाठी पहिली रक्कम तुम्ही कुणाकडून व कशी मिळवलीत?' यावर बफेटनं एका प्लँटेशनमध्ये एका म्हाताऱ्याला भेटल्यावर काय झालं ते सांगितलं. स्टील कंपनीत पैसे गुंतवणं किती फायदेशीर आहे, हे तेथील म्हाताऱ्याला पटवून देण्याचा बफेटनं खूप प्रयत्न केला होता. त्याचं बोलणं संपल्यावर तो म्हातारा म्हणाला होता, 'बाळा, तू काय सांगितलंस ते मला काही कळलं नाही.' मग क्षणमात्र थांबून तो परत म्हणाला होता, 'पण मला तुझ्यात एक तीव्र इच्छा, जिद्द दिसतेय. मी तुझ्यावर विश्वास ठेवू शकतो असं मला वाटतंय आणि म्हणूनच मी तुला पैसे देईन.'

२) मी केरळभर हिंडून आपल्या भाषणांद्वारा विद्यार्थ्यांना

स्वतःचा उद्योगधंदा सुरू करण्याचं महत्त्व समजावून सांगत होतो. अत्यंत तुटपुंज्या भांडवलामध्ये चालू केलेल्या तीन नवीन उद्योगधंद्यांना व्यावसायिक सल्ला देत होतो आणि स्वतः मी मात्र नवीन काही तरी सुरू करण्याची संधी ओळखलीच नव्हती.

३) जागतिक उद्योगधंद्याचा व्यवस्थापक होण्यासाठी लागणारी कौशल्यं शिकण्यासाठी मी जगभर हिंडलो होतो. कोचीत राहून आशिया-पॅसिफिक विभागातील काम मिळवण्यासाठी मी कुणा एकाशी बोलणी करत होतो. मीरनच्या शब्दांनी माझे डोळे खाडकन उघडले. मी विचार करू लागलो, खरंच! जागतिक स्तरावरील काम करण्यासाठी मिळवलेल्या कौशल्यांचा उपयोग मी फणसाला जागतिक व्यापारपेठ मिळवून देण्यासाठी का बरं करत नाहीये? भरपूर फणस मिळू शकतात अशा जागी मी राहत आहे आणि ही बाब मी सत्कारणी लावली पाहिजे.

ज्या तीन नवीन कंपन्यांना मी मार्गदर्शन करत होतो त्यांनी मला सोशल मीडिया, क्राऊड सोअर्सिंग (कॉम्प्युटरद्वारा लोकांशी सरळ संपर्क साधणं) व ई-कॉमर्स रिटेल चॅनेल्सचा उपयोग करून घेऊन सर्व स्तरांवर आपली पैशांची गुंतवणूक कमी कशी करता येईल, हे शिकवलं होतं. मला मिळालेले हे वस्तुपाठ, मॅन्युफॅक्चरिंग, सप्लाय चेन, मार्केटिंग तसंच लोकांना हाताळण्याची कौशल्यं व उद्योगधंद्यातील ओळखीपाळखी या सगळ्यांची एक उद्योजक म्हणून पहिलं पाऊल उचलताना मला खूप मदत झाली आणि त्यामुळेच दहा महिन्यांहून कमी वेळात मी फणसासाठी एक संघटित बाजारपेठ निर्माण करू शकलो. 'जॅकफ्रूट ३६५' ही संकल्पना माहिती व प्रसार माध्यमांमध्ये लगेच लोकप्रिय झाली आणि मला पहिल्याच वर्षी 'टाय एकॉन केरळ' इथं त्या वर्षीचं 'स्टार्ट अप उद्योजक'चं

बक्षीस मिळालं. आणि या वर्षी आम्ही आंतरराष्ट्रीय बाजारपेठेत प्रवेश करत आहोत.

'जॅकफ्रूट ३६५' या कंपनीची संरचना आम्ही व्यापारधंद्यातील रास्त आदर्शांवर उभारलेली आहे. प्रत्येक वेळी विक्रीतून मिळणारा फायदा कंपनीच्या सर्व भागीदारांना होईल, याची काळजी घेतली गेलेली आहे. पण कंपनीतील आम्ही सर्व भागीदार एक मोठा सामाजिक हेतू पूर्ण करण्यासाठी हे काम करत आहोत, म्हणूनच मी आमच्या कंपनीला एक साहसी सामाजिक प्रकल्प म्हणणं जास्त पसंत करतो.

'जॅकफ्रूट ३६५' च्या स्थापनेची गोष्ट मी माझ्या लिखाणाचं संपादन करणाऱ्या संपादकाला सांगितली. तेव्हा त्यानं मला सांगितलं की, पुढं काही करण्याआधी तुम्ही पॉवलो कोएल्होचं 'द अलकेमिस्ट' पुस्तक वाचा. मी ते पुस्तक वाचलं. पुस्तकाच्या शेवटी सॅन्तियॅगोची व त्याच्यावर हल्ला करणाऱ्यांची गाठ पिरॅमिडमध्ये होते. त्या क्षणी सॅन्तियॅगोच्या डोक्यात प्रकाश पडलेला असतो की, ज्या खजिन्याच्या शोधात तो इजिप्तच्या पिरॅमिडपर्यंत पोहोचला होता तो खजिना, त्यानं शोधाला जिथून सुरुवात केली होती त्या चर्चमध्येच आहे. मीरनने मला हे समजून घेण्यास मदत केली की, टाइम्समधील तो विशिष्ट लेख वाचल्यापासून मी ज्या जागतिक उत्पादनाचा शोध घेत जगभर हिंडत होतो ते जागतिक उत्पादन, साधासुधा फणस माझ्या परसदारीच होता.

❖

देवाजीच्या ऑफिसला जाण्याचा प्रवास सुरू करा

प्रेरणा

जागतिक स्तरावर काम करण्याचं उच्च ध्येय मनात बाळगून आपल्या लहान शहरातील घरी परत येऊन सुखा-समाधानानं राहणं व आपल्या नोकरी-व्यवसायात जम बसवून चांगलं काम करत राहणं तसं सोपं नाही. पण तरीही आपल्या शहराबाहेर पडून बाहेरचं विशाल जग आपण एकदा पाहिलं पाहिजे आणि मग आपल्या लहान शहरात परत येऊन सुखानं राहिलं पाहिजे. नाही तर नेहमी ही रुखरुख मनात राहते की, दुसरीकडचं जीवन इथल्या जीवनापेक्षा खूप चांगलं आहे. माझ्यापुरतं बोलायचं झालं तर मागे वळून पाहिल्यावर माझ्या लक्षात येतं की, माझ्यासाठी जागतिक स्तरावरील कामाचा हिस्सा होणं सोपं होतं. माझ्या वयाच्या बऱ्याच उच्च शिक्षित भारतीयांनी तसं केलेलं होतं. तिथं जायचे मार्ग त्यांनी दाखवलेले होते. बाहेरच्या जगात घेऊन जाणारे प्रवाह मला अनुकूल होते; पण माझा परतीचा प्रवास मात्र तसा सोपा नव्हता. पहिली

महत्त्वाची गोष्ट ही की, आता मी कुटुंबप्रमुख होतो. त्यामुळे सर्व निर्णय मला नीट विचार करून तोलून-मापून घ्यायचे होते. दुसरी गोष्ट ही की, प्रवाह माझ्या विरुद्ध वाहत होता. आमच्या परतीच्या प्रवासात बरेच अडथळे होते. शिवाय माझ्या बायकोला डॉक्टरीचा व्यवसाय करण्यासाठी भारतात परवाना मिळेल की नाही यासारख्या बऱ्याच गोष्टींबद्दल खात्रीनं काही सांगता येत नव्हतं.

१) दृढ विश्वास :

आपण घरी परत येण्याचं कारण तेवढंच बळकट असायला हवं आणि त्याच्यावर आपला पूर्ण व नितांत विश्वास असला पाहिजे. हाफ मून बे गोल्फ लिंक्समधील त्या धुक्यानं भरलेल्या सकाळी मला एक अवघड निवड करायची होती, ती म्हणजे मला भारती म्हणजे ज्ञानासह जगायचं होतं का धनरती-धनसंपत्तीसह जगायचं होतं. मोठा कठीण निर्णय घ्यायचा होता. माझी खात्री पटली होती की, सुखी जीवनासाठी मला दोघींचीही गरज होती.

आजच्या भारतीय उद्योजकांची प्रेरणास्थानं- 'पोस्टर चिल्ड्रन', इंद्रा नूयी आणि सत्या नडेला असली तरी आपण विसरून गेलो आहोत की, आपल्या बालपणीचे आदर्श जंगलबुकमधील मोगली आणि शांती होते. जीवनाच्या पहिल्या वीस वर्षांत मोगली आणि शांतीना 'भारती' म्हणजेच भारतातील लहान शहरात वा खेड्यात मुरलेलं स्थिर आयुष्य आवडे. हे आयुष्य येथील निसर्गानं, अध्यात्मानं, कला-संस्कृती व वेगवेगळ्या पिढ्यांमधील नातलगांनी व मित्रांनी भरलेलं, वेढलेलं होतं. आई-वडील वा पालक, शिक्षक, जवळचे-दूरचे नातलग, शेजारपाजारचे लोक, धर्मगुरू, पुजारी वगैरे सगळे आपल्या अवतीभवती असत. त्यांच्याकडे आमच्यात

ज्ञानाचं प्रेम रुजवून आम्हाला 'भारती' करण्यासाठी वेळ होता. त्या वेळेस आम्हाला दोन गोष्टींची जाणीव सतत करून दिली जाई. एक म्हणजे आपण जगाच्या तुलनेत खूप गरीब आहोत आणि गरिबी दूर करून आपली सामाजिक प्रतिष्ठा, दर्जा वाढवण्याचा आपल्याकडे फक्त एकच उपाय आहे, तो म्हणजे शिक्षण. आमच्या जीवनात आलेल्या प्रत्येक गोष्टीतून आम्ही ज्ञान मिळवत गेलो. मग ती अमर चित्रकथाची सचित्र पुस्तकं असोत, पतंग-मांजा बनवणं असो, देशी फटाक्यांना नारळाच्या कवटीत किंवा पोचे पडलेल्या जुन्यापान्या भांड्यात ठेवून त्यांच्या वाती पेटवून त्यांचा आवाज मोठा करणं असो, खाण्याच्या पदार्थांत हळद, मिरची, कोथिंबीर घालून त्यांच्या स्वादाची जिभेच्या साहाय्यानं रसाळ व रासायनिक परीक्षा घेणं असो, बुद्धिबळाच्या खेळातून संख्यांची अदलाबदल, बेरीज-वजाबाकी शिकणं असो वा चाणक्य, रामायण-महाभारतासारख्या टीव्ही धारावाहिकांमधून वेगवेगळी धोरणं शिकणं असो. शिवाय बॉलिवूडचे सिनेमेही आम्हाला काही ना काही धडा शिकवायचेच. ज्ञान देणाऱ्या अशा असंख्य गोष्टी आमच्या जीवनात होत्या.

वीस वर्षं आम्ही भारती म्हणजे ज्ञानासक्तीला शॅम्पेनच्या बाटलीप्रमाणं हलवत राहिलो. एकोणीसशे नव्वदच्या सुरुवातीला जागतिकीकरण आणि माहिती तंत्रज्ञानाची लाट या दोन गोष्टी आमच्या दारात एक नवीनच गोष्ट घेऊन आल्या. ती नवीन गोष्ट होती धनरती- पैशाचं, धनसंपत्तीचं प्रेम. आमच्यातील स्वस्त प्रतिभेच्या, बुद्धिमत्तेच्या शोधात ते आमच्या दाराशी आलं होतं.

धनरतीनं शॅम्पेनच्या बाटलीचं बूच उघडलं आणि त्यातून फसफसत बाहेर आले अगणित भारतीय प्रोफेशनल्स, तंत्रज्ञानाचा शास्त्रशुद्ध अभ्यास केलेले पदवीधर. पाश्चिमात्य जगाच्या सेवानिवृत्त

होऊ पाहणाऱ्या सन १९४६ ते १९६४ पर्यंत जन्मलेल्या लोकांच्या (बेबी बूमर्सच्या) हातातून आर्थिक व्यवस्थेची सूत्रं आपल्या हाती घेण्यास ते आतुर होते. या धनरतीच्या लाटेवर स्वार होण्यानं आपला खूप फायदा होणार आहे, या विचारानं आम्ही खूप उत्तेजित होतो. पैसा, मोठाल्या जबाबदाऱ्या, मनोरंजन, विश्वपर्यटनाच्या संधी या सर्व गोष्टींचा आम्ही आमच्या लहानपणी स्वप्नातही विचार केला नव्हता.

आता व्यावसायिक जगात मानाचं स्थान मिळवल्यावर आपण मागे वळून पाहिलं आणि धनरती व भारतीची तुलना केली तर दोन्हीपैकी एकीची निवड करणं खरोखरच अवघड आहे. भारती, जेवणाची भारतीय थाळी असली तर धनरती भात किंवा पोळीशिवाय वाढलेला चविष्ट चिकन टिक्का आहे. पहिल्या प्रकारच्या जेवणात उल्लेखनीय असं विशेष काही नसलं तरी जेवण केल्यावर शरीर व मन तृप्त होतं. तेच दुसऱ्या प्रकारचं चमचमीत जेवण जेवताना जीभ व मन सुखावतात, पण बराच काळ गेल्यावर थोडंसं अस्वस्थ वाटतं. भारती आहे हत्तीवरील शानदार स्वारी. ती फार संथ असते; पण इतकी सुरक्षित असते की, तुम्ही हत्तीवर आरामात झोपूही शकता. धनरती चित्त्यावरील चपळ सवारी आहे. दुसऱ्या कोणत्याही सवारीपेक्षा वेगवान, पण तिच्यावरून खाली उतरायची फार फार भीती वाटते. शिवाय भारतीमुळेच आपल्याला धनरती मिळालीय यावरही आपणा सर्वांचं एकमत आहे. पण आपल्या मुलांना भारती मिळाली नाहीये. ते आपल्याबरोबरच चित्त्यावर स्वार आहेत. सकाळच्या नाश्त्यात, दुपारच्या जेवणात व रात्रीच्या जेवणात चिकन टिक्काच खात आहेत. बेबी बूमर्सनी जनरेशन जोन्स (सुमार आवाक्याची पिढी) निर्माण केली. आशावादाचा अभाव, अविश्वास, उपहास ही जनरेशन जोन्सची साधारण वैशिष्ट्यं आहेत. आता बेबी बूमर्स, जनरेशन जोन्स

आणि आपण, या प्रेमाच्या त्रिकोणात आपण काय निवडतोय यावर आपल्या आयुष्याची दोन दशकं व आपल्या मुलांच्या आयुष्याची चार दशकं अवलंबून आहेत.

'तुम्ही जगातील सुखांचा उपभोग घेतलेला आहे, आता त्यांचा त्याग करा.' या भारतीय योग्यांच्या उपदेशाचं पालन तुम्ही करणार आहात की आपल्या धनरतीचा वेग कमी करून आपल्या आयुष्यात भारतीला परत आणण्याची एखादी संधी तुम्ही घेणार आहात? माझी खात्री आहे की, असं करून बघणं वरकरणी कितीही कठीण वाटलं तरी ते करून बघण्याजोगं आहे. अर्थात एक कुटुंबप्रमुख म्हणून या परतीच्या प्रवासाबाबत तुम्हाला माझ्यासारखीच खात्री, दृढ विश्वास आहे की नाही हे तपासून बघण्यासाठी तुम्हाला प्रामाणिकपणे आत्मनिरीक्षण करावं लागेल.

२) परत जाण्याचा ध्यास घ्यावा

आपल्याला परतीचा प्रवास करायचाच आहे, अशी एकदा का तुमची खात्री झाली की मग तुमच्या ध्यानी-मनी-चित्ती तेच ध्येय असलं पाहिजे. आपल्या या ध्येयावर तुम्ही सतत ध्यान केंद्रित करायला पाहिजे, कारण प्रवाह तुमच्या विरुद्ध दिशेलाच आहे. तुमच्या ध्येयापासून तुम्हाला विचलित करण्यासाठी तुमच्या मार्गांत मोठमोठे अडसर येतील. मोठमोठी प्रलोभनं येतील. आपल्या ध्येयाचं सतत स्मरण राहावं यासाठी मी कॉलेजमध्ये असताना युवकांच्या शिबिरात दिलेल्या एका युक्तीचा उपयोग केला. आपल्या ध्येयाची आपल्याला सतत आठवण राहावी, यासाठी त्याला आपलं नाव द्यावं. त्यामुळे आपल्याला कुणी फोन करून आपलं नाव घेतलं की, आपल्याला आपल्या ध्येयाची आठवण येते. काही झालं तरी आपण आपलं नाव बदलणार नाही, हे तर नक्की आहे. माझ्या ध्येयाची मला

वरचेवर आठवण यावी, यासाठी मला आणखी एक मार्ग सापडला. मी माझ्या ध्येयाला माझ्या विंडोजच्या लॉग इन पासवर्डमध्ये गुंफून टाकलं, कुणी मला नावानं हाक मारण्या वा बोलावण्यापेक्षा, विंडोज लॉग इन पासवर्ड मी जास्त वेळा टाइप करत होतो. मी अमेरिकेत राहत होतो, तेव्हापर्यंत माझ्या पासवर्डमध्ये असं काही होतं जे मला इंग्लंडला जायची सारखी आठवण करून देई. इंग्लंडमध्ये येताच मी माझ्या लॉगइन वर्डमध्ये बदल करून त्यात मायक्रोसॉफ्टमध्ये नोकरी मिळवण्याच्या ध्येयाचा समावेश केला. ते साध्य करून घेतल्यावर बदली करून घेऊन बंगळूरला जाण्याच्या ध्येयाचा. अशा रीतीनं ध्येयाबद्दलच्या माझ्या तीव्र जाणिवेनं मला माझ्याकडे चालून आलेल्या संधीवर लगेच झडप घालून तिचा फायदा घेण्याची बुद्धी होई. मायकेलला रेल्वे स्टेशनला आपल्या गाडीनं पोचवण्याचा व त्या वेळेस आपली बदली भारतात व्हावी यासाठी त्याच्याशी बोलण्याचा क्षणार्धात घेतलेला निर्णय किंवा माझ्या परत जाण्याच्या मार्गात येऊ शकणाऱ्या भावी अडचणी ओळखून त्या येणार नाहीत याचा वेळीच बंदोबस्त करणं, ही याचीच उदाहरणं आहेत. एकदा मला रेडमॉंड किंवा सिंगापूरच्या एका फार चांगल्या नोकरीबद्दल विचारण्यात आलं. मी लगेच सांगितलं की, ते काम मला माझ्या स्वतःच्या शहरातून करता येणार असेल तर मला ते करायला नक्कीच आवडेल.

आणखी एकदा मी विमानानं मुंबईहून बंगळूरला जात होतो. रवी वेंकटशनबरोबर गप्पा मारताना त्यांनी मला सुचवलं की, मी केलेल्या कामाचं बक्षीस म्हणून मी रेडमॉंडच्या मीटिंगला जावं. त्या आठवड्यात मी आपलं कुटुंब माझ्या स्वतःच्या शहरी हलवत असल्याचं सांगून त्यांना सांगितलं की, मला रेडमॉंडला पुढील वर्षी जायला आवडेल. मी दिलेली बातमी ऐकून ते चकित झाले. मुळात ते ज्या शहरात काम करत होते,

ते सोडून आपल्या लहान शहरात जावं आणि घरून ऑफिसचं काम करावं, ही कल्पनाच त्यांना पसंत पडली नाही.

'तुझी ही कल्पना फार चांगली आहे असं मला वाटत नाही. खरं तर तू माझ्या ऑफिसच्या जवळ राहून माझं काम करायला पाहिजेस. कुणी परवानगी दिली तुला हे असं करायला?' त्यांनी विचारलं. त्यांच्या बोलण्याचा सूर ऐकून मी भीतीनं गारठलोच. मला माहीत होतं की, मी आत्ता त्यांचं लक्ष त्यांच्या विचारापासून दूर नेलं नाही तर माझ्या दहा वर्षांच्या या योजनेचा ते क्षणार्धात धुव्वा उडवतील. म्हणून मी लगेच उत्तरलो, "रवी, जगातील सर्वोत्तम कंपनीसाठी काम करण्याची व आपण लहानाचे मोठे जिथे झालो त्या शहरात राहण्याची संधी या दोन्ही गोष्टी एकत्र मिळत असतील तर त्या मिळवण्याची संधी आपण घेतली पाहिजे. हो की नाही?" माझं बोलणं ऐकून खोलवर श्वास घेऊन ते म्हणाले, "मला नाही वाटत, की मी तुझ्या विचारांशी पूर्णतः सहमत आहे. पण तू म्हणतोयस त्यातही काही तथ्य आहे. ठीक आहे. करून पाहा तू हा प्रयोग." ते माझ्या शेजारी येऊन बसण्याच्या काहीच मिनिटं आधी मी माझ्या लॅपटॉपवर काम सुरू केलं होतं. माझा आत्ताचा पासवर्ड होता 'आलुवा'. मी तिथं केव्हा जाऊ इच्छित होतो, ते वर्ष आणि महिना दाखवण्यासाठीही मी त्यात काही अक्षरं घातली होती.

३) परत जाण्याचा हक्क कमवा

नोकरीच्या सुरुवातीच्या काळात श्री एमच्या विक्री प्रशिक्षणाच्या वेळी मी जीवनाचं एक मूलभूत सत्य शिकलो होतो. ते हे की, आपण पुढे जायचा, व्यावसायिक प्रगतीचा हक्क कमावला पाहिजे. त्यासाठी लागणारी पात्रता मिळवायला हवी. हे सत्य ग्राहक हाताळण्याबाबत, तसंच आपल्या संस्थेतील पुढील पद मिळवण्याबाबत अनुभवास येतं. अमेरिकेतील बे एरियापासून

केरळमधील माझ्या स्वतःच्या शहरी जाण्याचा माझा हा प्रवास दीर्घकालीन होता; त्यात खूप मोठमोठे टप्पे होते. अशा प्रकारच्या योजनेतील पहिली व फार महत्त्वाची गोष्ट आहे, आपण त्या त्या वेळेसची आपली नोकरी अतिशय चोखपणे केली पाहिजे, म्हणजे मग आपला प्रवास इतर लोकांपेक्षा वेगळा असला तरी त्याला पाठिंबा देणं आपल्या बॉसला शक्य होतं. माझ्याच बाबतीत म्हणाल तर मी आपल्या उत्तम कामानं आपल्या वरिष्ठांची विशेषतः माझ्या बॉसची, संजयची मर्जी संपादन केली होती. त्यामुळे मी जेव्हा माझ्या वरिष्ठ अधिकाऱ्यांना सांगितलं की, मी इन्फॉर्मेटिकाच्या नोकरीसह किंवा नोकरीविना इंग्लंडला जाणार आहे, तेव्हा त्यांनी मला शक्य ती मदत करून मला आपल्या कंपनीत ठेवलं. नंतर इंग्लंडमध्ये व बंगळूरमध्येही असंच झालं.

तंत्रज्ञानाच्या क्षेत्रात काम करणाऱ्यांनी स्वतःच्या खास वैशिष्ट्यपूर्ण शैलीतील काम अतिशय चांगल्या पद्धतीनं करत राहिलं पाहिजे. आपण काम करत असलेली संस्था आपल्याकडे आपणहून यावी यासाठी आपण कोणत्या प्रकारे काम केलं पाहिजे, हे आपण नीट हेरलं पाहिजे. सर्वसामान्य कामांमध्ये फार लवकर पारंगत होण्याचा मोह टाळला पाहिजे. लक्षात ठेवा की, लोकांचं करीअर घडवणाऱ्या मोठमोठ्या कंपन्यांमधील कार्यक्रमांची आखणी तुम्हाला तुमच्या विशिष्ट शैलीतून बाहेर काढून लवकरात लवकर जनरल मॅनेजरच्या हुद्द्यापर्यंत नेऊन पोचवण्यासाठी केलेली असते. जनरल मॅनेजरना मिळणारी छोटी-मोठी बक्षिसं फार आकर्षक, भुरळ पाडणारी असतात, पण त्याला बळी पडलात तर तुम्ही आपली विशिष्ट कौशल्यं गमावून बसता. ही गोष्ट टॉम फ्रिडमननं 'दॅट युज्ड टू बी यू एस' या आपल्या पुस्तकात फार चांगल्या प्रकारे दाखवून दिली आहे. व्यावसायिक शिक्षण घेतलेल्या लोकांनी कामासाठी

कंपनीच्या ऑफिसात यावं, ही गोष्ट आता भूतकाळात जमा झाली आहे. त्याऐवजी कामानंच या कसबी तंत्रज्ञांकडे जावं, हा विचार आता जगन्मान्य झाला आहे. फ्रिडमनचा तंत्रज्ञांना असा सल्ला आहे की, आपण एक कसबी कारागीर आहोत असा तुम्ही विचार करा आणि प्रत्येक काम संपवताना त्यावर आपल्या विशिष्ट शैलीचा ठसा उमटवा. तुम्ही ज्या कामात विशेष प्रावीण्य मिळवलं आहे, त्याचं वैशिष्ट्य जगाच्या नजरेत नक्की भरतं आणि तुम्ही जगाच्या पाठीवर कुठंही असलात तरी त्या प्रकारचं काम तुमच्याकडे चालत येतं. असं घडणं म्हणजे डोंगरानं मुहंमदकडे येणं आहे.

एक इंच मागे शरीर आक्रसून घेऊन एक इंच पुढं जाणाऱ्या भाजीच्या अळीच्या कसोटीत बाद होण्याआधी या डोंगरानं मुहंमदकडे येण्याच्या कसोटीत तुम्ही पास व्हायला हवं. त्यासाठी तुम्ही जास्तीत जास्त मेहनत घेतली पाहिजे. मुलांची पाळंमुळं परदेशात घट्ट रुतण्याआधी आणि पालकांची आपल्या जन्मगावाची ओढ कमकुवत होण्याआधी आपल्याला हे करावं लागतं. आम्ही जिथं कुठं राहत होतो, तिथं आमच्या मुलांची मुळं खोलवर जाण्याआधीच आम्ही कामासाठी तिथून दुसरीकडे जाण्याचं जमवलं. आम्ही अमेरिकेतून इंग्लंडला गेलो तेव्हा माझी सगळ्यांत मोठी मुलगी एक वर्षाची होती. आम्ही इंग्लंडमधून बंगळूरला आलो, तेव्हा माझ्या मोठ्या दोन मुलींची वयं पाच व तीन वर्षं होती. आणि आम्ही सरतेशेवटी माझ्या स्वतःच्या शहरात गेलो तेव्हा माझ्या तिन्ही मुलींची वयं सात, चार आणि एक होती.

तुम्ही आपल्या सर्व मार्गदर्शकांचा सल्ला घ्या. पण पुढच्या टप्प्याला घेऊन जाणारी संधी केव्हा घ्यायची, हे मात्र तुमचं तुम्हीच ठरवा. तुम्ही तुमच्या मनाची पूर्ण तयारी झाल्यावरच पुढची उडी घ्या. नेहमी लक्षात ठेवा की, 'आतल्या धक्क्यानं अंडं फुटतं तेव्हा नवीन जीवन सुरू होतं; पण बाह्य कारणानं ते

फुटलं तर जगात येऊ पाहणारं एक जीवन नष्ट होतं.'

मोठ्या शहरातून तुमच्या लहान शहरात जाण्याचा शेवटचा टप्पा सर्वांत कठीण आहे. तुम्हाला तुमच्या स्वतःच्या शहरातून काम करू देण्याचा धोका पत्करण्यास तयार असलेली कंपनी तुम्हाला मिळाली नाही, तर ज्या कंपन्यांची ऑफिसं तुमच्या शहरात आहेत त्यांचा शोध घ्यायला लागा. मोठ्या कंपन्यांची ऑफिसेस टू टायर किंवा थ्री-टायर शहरांमध्ये असू शकतात; पण आपल्या शहरात काम करायला मिळावं, म्हणून आपल्या प्रदेशापर्यंतच सीमित असलेलं काम स्वीकारू नका, कारण लवकरच तुम्हाला ते काम फार लहान व त्यामुळे नीरसही वाटू लागेल. वरीलपैकी काहीच होऊ शकलं नाही, तर मोठ्या शहरात राहत असतानाच तुम्ही आपल्या शहरात नव्यानं सुरू होणाऱ्या कंपन्यांसाठी (स्टार्टअप्ससाठी) व्यावसायिक सल्ला देण्याचं काम सुरू करा. त्यांच्या घडामोडीत रस घ्या. त्यांच्यासाठी आपलं व्यावसायिक नैपुण्य खर्ची घाला. उद्योगधंद्यातील आपल्या ओळखीपाळखींचा फायदा करून घेऊन त्यांना मदत करा. त्यातील एखादी कंपनी छान चालू लागली तर तुम्हाला तिच्यात आपला पैसा गुंतवण्याची संधी मिळते. तुम्ही त्या कंपनीचे भागीदार होऊ शकता. आपल्या कंपनीत तुमची उन्नती होत असली, तरी नवीन उद्योगधंद्यांना व्यावसायिक सल्ला देण्याचं काम तुम्ही केलं पाहिजे, कारण नंतर तुम्हाला या अनुभवाचा स्वतःसाठी उपयोग होऊ शकतो. एकदा का तुम्ही आपलं स्वतःच्या शहरात परत जाण्याचं ध्येय आणि ते गाठण्यासाठीची धोरणं ठरवलीत, की तुम्ही खरोखरच आपल्या शहरात राहायला जाण्याची शेवटची उडी घेण्याआधी तिथं देवाजीचं ऑफिस थाटलं पाहिजे. माझ्या दृष्टीनं देवाजीचं ऑफिस हे असं स्थान आहे, जेथील सकारात्मक ऊर्जा तुम्हाला तुमच्या कामाबद्दल नवनवीन कल्पना सुचवेल; जे स्थान आधुनिक सुख-सोईंनी

सज्ज असेल आणि मोठ्या शहरातील मीटिंगच्या सूचना तुम्हाला खूप आधी मिळाल्या नाहीत, तरी त्या गाठण्यासाठीचा प्रवास तुम्ही विनासायास, सहज करू शकाल.

४) योग्य जागेचा शोध

तुमच्या देवाजीच्या ऑफिससाठी योग्य जागा शोधणं, हे एक फार महत्त्वाचं काम आहे. या जागेच्या निवडीवर या घरातील ऑफिसचं- होम ऑफिसचं- यशापयश अवलंबून असतं. या देवाजीच्या ऑफिसमधून चांगलं काम करायचं असेल तर आपला कॉम्प्युटर जगातील सर्व स्थानांशी सतत जोडलेला असण्याची खात्रीशीर व्यवस्था पाहिजे. हा मुद्दा फार म्हणजे फारच महत्त्वाचा आहे. तुम्ही मोठ्या शहरातील ऑफिसमधून जसे कोणत्याही अडथळ्याशिवाय पाहिजे तेव्हा, पाहिजे तसं काम करू शकता, तसंच तुम्हाला स्वतःच्या शहरातील आपल्या घरातील ऑफिसमधूनही काम करता आलं पाहिजे. लक्षात ठेवा की, घरून काम करण्याचा निर्णय तुमचा होता; तुमच्या कंपनीच्या मालकाचा वा तुमच्या वरिष्ठांचा नाही. त्यामुळे घरून कोणत्याही अडथळ्याशिवाय काम करत राहण्याची जबाबदारी तुमची आहे. ऑफिसमध्ये जशी ती जबाबदारी कंपनीच्या आयटी (माहिती आणि संगणक) विभागाची असते. देवाजीच्या ऑफिससाठी खेड्याची किंवा लहान शहराची निवड करताना, त्या जागेला एकाहून अधिक हाय बँडविड्थ कनेक्शन्स असतील याची काळजी घ्या. खेड्यांमध्ये या प्रकारची व्यवस्था अजून झालेली नाही; त्यामुळे तिथं अशाच जागेचा शोध घ्या, जिथं कॉम्प्युटर चालण्यासाठी आवश्यक असलेल्या तारांचं जाळं आधीच पसरलेलं आहे. पुढे लवकरच केबल्स घेतल्या जातील, अशा आश्वासनांवर विश्वास ठेवू नका. तसं पाहिल्यास भारतात ऑफिस कनेक्शनपेक्षा ग्राहकाचं व्यक्तिगत कनेक्शन खूप स्वस्त आहे. आमच्या कोची

ऑफिसपेक्षा माझ्या घरचं बँडविड्थ चारपट जास्त चांगलं आहे.

तुम्ही आपल्या घरून काम करत असला तरी तुम्हाला तुमच्या शहरातील ऑफिसला वारंवार जावं लागेल. माझ्या बाबतीत म्हणाल तर महिन्यातून कमीत कमी सात-आठ वेळा मी मीटिंगसाठी वेगवेगळ्या मेट्रोजना जात असे. शिवाय मी स्वेच्छेनं कबूल केलं होतं की, मला आगाऊ सूचना दिल्यास मला बंगळूरला जितके दिवस राहावं लागेल, तितक्या दिवसांच्या राहण्याचा आणि कोची-बंगळूर विमानप्रवासाचा खर्च मी माझ्या पाकिटातून देईन. हे मी यासाठी केलं होतं की, माझा आधीचा बॉस बदलून दुसरा बॉस आल्यास त्याला माझ्या स्वतःच्या शहरात राहून काम करण्याच्या या निर्णयामुळे पूर्ण टीमच्या बजेटवर ताण पडतोय असं वाटू नये. लहान शहरात राहण्याचा खर्च मेट्रोमध्ये राहण्याच्या खर्चापेक्षा खूपच कमी असतो. त्यामुळे आगाऊ प्लॅनिंग केल्यास विमानप्रवास करणं खिशाला सहज परवडतं. देवाजीच्या ऑफिससाठी जागा शोधतानाचा माझा दुसरा महत्त्वाचा मुद्दा होता, विमानतळापासून देवाजीच्या ऑफिसपर्यंतचं अंतर कमीत कमी असणं. माझ्या मते ही जागा अशी असायला पाहिजे होती, जिथून मला लवकरात लवकर व सहजपणे विमानतळ गाठता येईल. चेन्नईला ऑफिस असणाऱ्या माझ्या एका परिचिताला रेल्वे स्टेशनला लवकर पोहोचता येणं जरुरीचं होतं. सुदैवानं एअरपोर्टपासून दहा मिनिटांच्या अंतरावर असलेलं घर मी मिळवू शकलो. हे मी मुख्यतः अशासाठी केलं की, केरळमध्ये अचानक संप पुकारला गेला तरी मला वेळेवर एअरपोर्टला पोहोचता यावं. या गोष्टीचा मला कित्येक वेळा फायदा झालेला आहे. माझ्या स्थानिक ऑफिसमधील शहरात राहणाऱ्या सहकाऱ्यांना सकाळी साडेसातच्या फ्लाइटसाठी पहाटे चार वाजता विमानतळावर पोहोचावं लागे, कारण

ऑफिसच्या टॅक्सी एजन्सीला पहाटे सहा वाजता संप सुरू होण्याआधी आपल्या गाड्या गॅरेजमध्ये बंद कराव्या लागत. तेच मी विमानतळावर पाच वाजून पन्नास मिनिटांनी पोचे, कारण आमच्या लोकल टॅक्सीला घरी परत जायला फक्त दहाच मिनिटं लागत. विमानतळाच्या रस्त्यावर ट्रॅफिक जाम होणारी बरीच ठिकाणं होती. मला पाहावी लागलेली दुसरी गोष्ट होती, ट्रॅफिक जॅमच्या या सगळ्या ठिकाणांनंतर माझं घर असेल. इंग्लंडप्रमाणे केरळमध्येही खूप नद्या आहेत आणि या नद्यांवरील पुलांवर नेहमीच वाहनांची जाम गर्दी असते. त्यामुळे विमानतळाच्या रस्त्यावर एकही पूल ओलांडावा लागणार नाही, अशा ठिकाणी आम्ही आमचं घर घेतलं.

देवाजीच्या ऑफिसबाबत तिसरी महत्त्वाची गोष्ट ही आहे की, ते जिथं असेल त्या जागी तुम्हाला प्रेरणा देणारी, तुमच्या कामात रस निर्माण करणारी खूप सकारात्मक ऊर्जा असली पाहिजे. माझ्या बाबतीत म्हणाल, तर मला निसर्ग, अध्यात्म, आपला परिवार व मित्रमंडळींकडून अशी ऊर्जा मिळते. त्यामुळे आम्ही असं अपार्टमेंट निवडलं, जिथून पेरियार नदी व आलुवा शिवरात्री मंदिर छान दिसतं. हे अपार्टमेंट आमच्या वाडवडिलांच्या घरापासून कारनं फक्त पंचेचाळीस मिनिटांच्या अंतरावर आहे. आमच्या या घराजवळ माझे वेगवेगळ्या वयांचे व नात्यांचे नातेवाईक व मित्र राहतात. मुंबईहून आलेला एक सीइओ माझ्या देवाजीच्या ऑफिसनं इतका प्रभावित झाला की, सहज म्हणून गेला, 'जेम्ससाठी सुट्टी, त्याच्या खुर्चीपासून फक्त नव्वद डिग्री अंतरावर आहे. आपल्या ऑफिसच्या टेबलापासून त्यानं आपली खुर्ची नव्वद डिग्री वळवली की त्याची सुट्टी सुरू झालीच.' एकट्यानंच काम करून आलेला कंटाळा मी शहरातील ऑफिसमध्ये जाऊन तेथील सहकाऱ्यांबरोबर वॉटर कूलरजवळ, चहाच्या सुट्टीत, जेवणाच्या लांबलेल्या वेळात किंवा मसाज

करायच्या खुर्चीवर आराम करत गप्पा मारून घालवतो. निसर्गात दिसणारं सर्पांचं रोमांचक प्रणयनृत्य पाहून किंवा खंडू पक्षी, पोपट किंवा बुलबुलसारख्या पक्ष्यांचं आपली घरटी बनवणं, पक्ष्यांच्या पिल्लांचं पहिल्यांदा उडणं यासारखी अद्‌भुत दृश्यं पाहायला मिळाल्यावरही माझा कंटाळा निघून जातो. माशांनी झटकन पाण्याबाहेर घेतलेल्या उड्या मी सकाळ, संध्याकाळ पाहू शकतो. पाणमांजर, घारी, मोठाले बगळे, करढोक, खंडू आदी पक्षी व स्थानिक मच्छीमारांचं पोहण्याचं कौशल्य माझ्या घरातून सहज न्याहाळता येतं. कंपनीच्या फूडकोर्टमधील लांबलेल्या लंच ब्रेकऐवजी मला घरी तयार केलेलं गरमागरम जेवण मिळतं. कधी कधी मी बोटीनं एका छोट्याशा बेटावरील आमच्या दत्तक शेतावर जातो. हे शेत आम्ही आपलं मानलेलं आहे. तिथं जाऊन मी तिथल्या पिकांची, भाजीपाल्याची कितपत वाढ झालीये, हे पाहतो आणि तिथल्या ताज्या भाज्या घरी घेऊन येतो. महिन्यातील आठ-दहा दिवस मी आमच्या वेगवेगळ्या ऑफिसमध्ये घालवतो. त्यावेळेस मी आपल्या सर्व सहकाऱ्यांबरोबर सलोख्याचे संबंध निर्माण करतो. तिथं मी एक व्यक्ती म्हणून त्यांच्याशी वागतो. जेवायच्या वा चहाच्या वेळी त्या सर्वांशी भेटीगाठी व्हाव्यात, यासाठी मुद्दाम प्रयत्न करतो.

अशा रीतीनं आपण निवडलेली आपल्या घरच्या ऑफिसची जागा आपल्याला सतत प्रेरणा देत राहते. देवाजीच्या ऑफिसमधून काम करत राहता यावं, यासाठी आपण थोडी जास्तच मेहनत करतो.

तंत्रज्ञानविषयक व्यवस्था

५) आधारयंत्रणा - तिहेरी आधारयंत्रणा

'देवाजीच्या ऑफिसात तुम्ही स्वतःच तुमचे माहिती

तंत्रज्ञानतज्ज्ञ असता.’ आपल्या एका भाषणात मी म्हटलं होतं. तेव्हा एक तरुण माहितीतंत्रज्ञ म्हणाला होता, ‘ही एक फार मोठी जबाबदारी आहे, नाही का?’ एका दृष्टीनं त्याचं म्हणणं खरंही होतं. शहरातील ऑफिसमध्ये संपर्क यंत्रणेत, कॉम्प्युटर सिस्टममध्ये काही गडबड झाली तर त्याची काळजी किंवा ठपका घ्यायला आयटी डिपार्टमेन्ट असतं. बिघाड झाल्यामुळे कॉम्प्युटर बंद असतो, तेव्हा आपल्याला कामातून थोडी मोकळीक मिळते. पण देवाजीच्या ऑफिसमधील संपर्क यंत्रणेत काही बिघाड झाला तर तो नीट करून द्यायला कुणीही नसतं. पण हेही तितकंच खरं आहे की, आपली ही आधारयंत्रणा नेहमीच व्यवस्थित राहील, याची आपण पूर्ण व्यवस्था केली तर स्थिती आटोक्यापलीकडे जातही नाही. घरून काम करताना कॉम्प्युटर यंत्रणा निर्विघ्न व सुरळीत चालू राहावी, यासाठी आपल्याकडे दोन गोष्टी असणं फार जरुरीचं आहे. एक म्हणजे आपलं ब्रॉडबँड कनेक्शन आणि इलेक्ट्रिसिटीचा सतत पुरवठा. आताचे बहुतेक सर्व बिल्डर आपले फ्लॅट्स विकले जावेत म्हणून त्यातील वैशिष्ट्यांमध्ये नवीनतम, हायएंड बँडविड्थच्या सोईचा मुद्दाम उल्लेख करतात. पण काही जण वायरलेस किंवा वाय-मॅक्स हा सर्वांत चांगला व स्वच्छ पर्याय आहे, हे पटवून देऊन तुमचा फ्लॅट तुमच्या ताब्यात देण्याचा प्रयत्न करतात. आधी मीही त्यांच्या शब्दजालात अडकलो होतो, पण माझं ऑफिस माझ्या फ्लॅटमध्ये आणण्याआधी मी बिल्डरनं दिलेल्या बँडविड्थची चाचणी परीक्षा घेतली. तीत मला असं आढळून आलं की, त्यांनी देऊ केलेला बँडविड्थ सर्वांत चांगल्या प्रतीचा होता; पण प्रत्यक्षात त्यांनी दिलेला बँडविड्थ प्रत्येक मिनिटाला कमी-जास्त होत होता. इंटरनेटवर बोलताना कित्येकदा आवाज आधी खूप मोठा आणि मग खूप कमी होईल. शिवाय

घरातील इतर वायरलेस यंत्रांमुळे त्यात व्यत्यय येण्याची खूप शक्यता होती. मी बिल्डरला कॉन्ट्रॅक्टमध्ये लिहिल्याप्रमाणे खऱ्याखुऱ्या तारा जोडून देण्याचा आग्रह धरला. त्याशिवाय ही व्यवस्था कोलमडली तरी माझं काम अनिर्बंध चालू राहावं म्हणून मी स्टेट टेलिकॉमकडून आणखी एक कनेक्शन मिळवलं. या दोन्ही व्यवस्था चालेनाशा झाल्या तरी माझ्या कामात व्यत्यय येऊ नये, यासाठी मी प्रवासात वापरायचो ते यूएसबी वायरलेस कनेक्शन ही तिसरी कॉम्प्युटर व्यवस्था माझ्याकडे होती. या सर्व कनेक्शन्सचा जास्तीत जास्त उपयोग करून घ्यायचा असेल तर एका कनेक्शनसाठी सर्वांत अधिक विश्वसनीय नेटवर्कचा हाय बँडविड्थचा म्हणजे खूप जास्त डाटा, साठवून ठेवणारा प्लॅन घ्यावा; दुसऱ्या कनेक्शनसाठी हाय बँडविड्थचाच पण कमी डाटा साठवून ठेवणारा प्लॅन घ्यावा. कारण दुसऱ्या कनेक्शनचा वापर तुम्हाला अगदी क्वचित म्हणजे पहिल्या कनेक्शनमधील छोट्या-मोठ्या बिघाडाच्या वेळेसच करावा लागेल. ही दोन्ही कनेक्शन्सही थोड्या वेळासाठी बाद झाली तर तुम्हाला एखादी प्रवासी प्रोफेशनलप्रमाणे आपल्या वायरलेस कनेक्शनचा उपयोग करावा लागेल. तसंही अल्पकाळासाठी वायरलेस कनेक्शनचा उपयोग करण्याची सवय सगळ्यांनाच असते. पण पहिली दोन कनेक्शन्स जास्त वेळासाठी बंद झाली, जशी माझ्या अपार्टमेंट बिल्डिंगजवळ काही तरी मोठ्या बांधकामाचं काम चालू असताना माझ्या या दोन्ही लाइन्स तब्बल आठ तास बंद होत्या, तर मी माझ्या तात्पुरत्या ऑफिसमध्ये जाऊन काम करतो. माझं हे तात्पुरतं ऑफिस आहे माझ्या घराशेजारी असलेल्या हॉटेलमधील एक खोली. ही माझ्या ऑफिसची शेवटची आधारभूत व्यवस्था आहे.

हल्ली सर्व नवीन हाउसिंग कॉम्प्लेक्सेसमध्ये, अगदी

लहान शहरातीलही, तिथली वीज गेली तर कुणाचं काम अडू नये म्हणून बिल्डिंगला जनरेटरनं वीजपुरवठा करण्याची सोय असते. पण जनरेटरनं होणारा वीजपुरवठा काही सेकंद किंवा काही मिनिटं जरी बंद पडला तरी त्यामुळे तुमचं मोडेम बंद पडून तुमचं ब्रॉडबँड कनेक्शन निकामी होऊ शकतं. भारतातील वीजपुरवठ्याच्या वाईट परिस्थितीमुळे इथं थोड्या वेळासाठी पण वारंवार वीज जाते. अशा वेळेस आपलं कनेक्शन वाचवण्यासाठी कमी शक्ती असलेलं यूपीएस विकत घ्या. ते तुमच्या सर्व मोडेमसाठी व फोनसाठी पाहिजे असलेली वीज पुरवतं. शिवाय विजेचा कमी-जास्त पुरवठा झाला तर हे यूपीएस व्होल्टेज स्टॅबिलायजरचं काम करून तुमच्या कॉम्प्युटर कनेक्शनचं संरक्षण करतं. आम्ही या घरात राहायला आल्यानंतर महिन्याभरात विजेचं व्होल्टेज एकदम वाढलं आणि मग मला या यूपीएसला जोडून ठेवलेल्या यंत्रांना सोडून बाकी सर्व विजेच्या उपकरणांची दुरुस्ती करून घ्यावी लागली. दुर्दैवानं मी माझा लॅपटॉप चार्जर एका सॉकेटमध्ये घालून ठेवला होता. विजेचं व्होल्टेज वाढल्यावर तो चार्जर जळून खाक झाला. त्यानंतर मी माझ्या सेलफोन चार्जरसकट कामाशी संबंधित असलेल्या सर्व गोष्टी या लहान यूपीएसद्वारा प्लगला जोडून ठेवू लागलो. शेवटची पण अत्यंत महत्त्वाची सूचना. तुमच्या बिल्डिंग कॉम्प्लेक्समध्ये बिल्डिंगची देखभाल करणाऱ्या सर्व लोकांना, तुम्ही घरून ऑफिसचं काम करत आहात व त्यामुळे जनरेटर चालू राहण्यासाठी लागणाऱ्या डिझेलचा किमान साठा त्यांनी नेहमी ठेवावा, हे सांगून ठेवा. डिझेलचा तो साठा संपल्यास पुढील व्यवस्थेसाठी लागणारं डिझेल विकत आणण्यासाठी लागणारा पैसा व अधिकार त्यांना असावा, हेही गरजेचं आहे.

६) देवाजीच्या ऑफिसमधून दूरचं काम करण्यासाठी लागणारी आधारभूत यंत्रणा

घरून काम करताना आपण बाहेरील जगाशी नेहमी जोडलेले असावे, यासाठी तुम्ही कॉम्प्युटरसंबंधित वरील तीन प्रकारच्या सोई केल्यानंतर, आता आपलं काम प्रत्यक्ष ऑफिसच्या कार्यक्षमतेनं व्हावं, यासाठी तुमच्याकडे तंत्रज्ञानविषयक मूलभूत यंत्रणा असायला हव्यात.

सर्वांत महत्त्वाची गोष्ट म्हणजे- तुम्हाला घरून ऑफिसचं काम करता यावं यासाठी तुमच्याकडे संबंधित ऑफिसच्या सहकाऱ्यांबरोबर लगेच व सहजपणे जोडलं जाण्याची खात्रीशीर व्यवस्था हवी. बहुतेक सर्व मोठ्या व मध्यम आकाराच्या कंपन्यांमध्ये एकमेकांबरोबर असं सहकार्य करण्याची यंत्रणा अस्तित्वात असतेच. इतरांनी बाजारातील अशा प्रकारच्या विनामूल्य व प्रभावी यंत्रणा वापरण्याची परवानगी घ्यावी. एखाद्या विशिष्ट यंत्रणेस आवश्यक असणाऱ्या तांत्रिक बाबींच्या विवरणात न जाता मी आता त्या यंत्रणांच्या सशक्त उपयोगाबद्दल काही गोष्टी सांगू इच्छितो.

कामासाठी तुम्ही उपलब्ध असल्याची माहिती : कोणत्याही ऑफिसमध्ये तुमच्या तेथील प्रत्यक्ष उपस्थितीपेक्षा कॉम्प्युटरनं तुमच्याशी संपर्क साधण्यासाठी तुम्ही ऑनलाइन उपलब्ध आहात हे जास्त महत्त्वाचं असतं. तुम्ही घरून काम करत असताना तुमच्या सहकाऱ्यांना तुम्ही ऑफिसमध्ये आहात की नाहीत, याबद्दल काहीही कल्पना नसते. कोणत्याही क्षणी तुमच्याशी संपर्क साधता यावा यासाठी तुम्ही लॉग इन केलेलं आहे, हा संदेश त्यांच्यापर्यंत पोहोचला म्हणजे झालं. तुम्ही कॉम्प्युटरवर आहात याची माहिती देणारी यंत्रणा तुमच्या नावासमोर आपोआप तशी सूचना देईल. तुमच्या नावासमोर हिरवी खूण आली की त्याचा अर्थ असतो, त्या वेळेस

तुम्हाला दुसरी कोणतीही मीटिंग नाही. जर तिथं लाल खूण आली की, त्याचा अर्थ असतो, तुम्ही ऑन लाइन आहात; पण मीटिंगमध्ये गुंतलेले आहात. नारिंगी खुणेचा अर्थ असतो की, तुम्ही कॉम्प्युटरवर नाही आहात. ई-मेलच्या बहुतेक यंत्रणांमध्ये संबंधित माणसाच्या तिथे असण्या-नसण्याबद्दलची ही माहिती समाविष्ट असते. आपल्याला एखादी ई-मेल मिळताच ती पाठवणारा माणूस आत्ता ऑन लाइन आहे की नाही, हे कळतं. तुम्हीही उपलब्ध असाल तर मोठं उत्तर पाठवण्याची गरज नसते. संबंधित माणसाशी लगेच चर्चा करून तुम्ही ते काम करून मोकळे होऊ शकता.

एकमेकांशी ताबडतोब संपर्क साधता यावा यासाठीचा तत्काळ निरोप : दोघंही ऑन लाइन असतील व उपलब्धही असतील, तर तसा तत्काळ निरोप मिळाल्यास अन्य कोणत्याही कंझ्यूमर ॲपप्रमाणे चॅट विंडो उघडून तुम्ही संक्षिप्त माहितीची देवाणघेवाण करू शकता. तुम्ही मीटिंगमध्ये किंवा कॉन्फरन्स कॉलवर असाल, तेव्हा अशा प्रकारचा तत्काळ निरोप देणारी माहिती यंत्रणा फार उपयुक्त वाटते; कारण मीटिंगमधील दुसऱ्या कुणाचीही गैरसोय न करता तुम्ही अशा प्रकारचा संपर्क साधू शकता.

ऑन लाइन ऑडिओ-व्हिडीओ मीटिंग (दृश्य-श्राव्य सभा) : कधी कधी फक्त लिखित माहिती पाठवून काही गोष्टींचा उलगडा होत नाही. प्रत्यक्ष ऑफिसमध्ये तुम्ही संबंधित व्यक्तीच्या डेस्कजवळ जाऊन आणखी माहिती विचारू शकता. ती व्यक्ती तुमच्या स्वतःच्या ऑफिसच्या बिल्डिंगमध्ये नसेल तर तुम्ही तिच्याशी फोनवर बोलू शकता. घरून काम करताना आधुनिक तंत्रज्ञान तुम्हाला अशा प्रकारची मदत करतं. तुमच्या लिखित माहितीचं नीट स्पष्टीकरण व्हावं, यासाठी तुम्ही 'स्काइप'चा वापर करू शकता. स्काइपमधील ऑन लाइन

ऑडिओ-व्हिडीओ कॉन्फरन्सिंग तंत्राचा वापर करून तुम्ही संबंधित माणसाशी प्रत्यक्ष बोलू शकता. मी बहुतेकदा ऑडिओ कॉल्सचाच उपयोग करतो. माझ्या सहकाऱ्यांचा माझ्या बाजूचं दृश्य पाहण्याचा आग्रह असेल तरच किंवा नव्यानं कामावर आलेल्या त्या सहकाऱ्याला मी आधी कधीच पाहिलं नसेल तरच मी व्हिडीओ कॉल्स करतो. व्हिडीओ कॉल्ससाठी खूप जास्त बँडविड्थ म्हणजे कॉम्प्युटरची शक्ती लागते त्यामुळे खूपच व खरोखरच गरज असेल तेव्हाच याचा उपयोग करा.

डेस्कटॉप शेअरिंग : हातात कागद घेऊन टेबलाजवळ बसण्यापेक्षा एकमेकांच्या डेस्कटॉपमधील माहिती एकमेकांना दाखवणं मला जास्त सोईचं वाटतं. एक क्लिक करून तुम्ही आपला स्क्रिन तुमच्या सहकाऱ्याबरोबर वापरू शकता. अशा वेळेस तुम्ही दोघं स्क्रीनवरील माहिती एकाच वेळेस पाहू शकता. शिवाय आवाजही त्याच ठिकाणाहून येत असल्यानं तुम्ही आपलं मन कामावर केंद्रित करू शकता. चर्चा करताना गरज वाटल्यास कॉम्प्युटरचा माउस तुम्ही त्या दुसऱ्या माणसाच्या हातात देऊ शकता. चर्चा चालू असताना तो तुमच्या कॉम्प्युटरमधील डॉक्युमेंटमध्ये आवश्यक तो फेरबदल करू शकतो.

दुरून आपल्या कंपनीच्या नेटवर्कला जोडलं जाणं : आपल्या कंपनीच्या कामकाजाशी, अर्जवजा पत्रव्यवहाराशी, आपल्या हाताखालच्या लोकांच्या रजा, खर्च, खरेदी ऑर्डर वगैरेंना मंजुरी देण्यासारख्या कामांशी घरून जोडलं जाणं, ही पुढील पायरी आहे. शिवाय एखादं तातडीचं काम आलं तर तुम्ही मुख्य ऑफिसला जाऊ शकत नाही. त्यासाठी तुम्हाला कंपनीच्या कॉर्पोरेट नेटवर्कबरोबर लॉग इन करावं लागतं.

साधारणतः सर्व मोठ्या कंपन्यांमध्ये ही सोय असते.

फक्त कंपनीची कोणती माहिती कुणास मिळू शकेल, या नेटवर्कमध्ये कुणाला किती प्रवेश द्यायचा, याबाबत काही नियम असतात. व्हीपीएन कनेक्शनमार्फत न जायला लावून तुमच्या कंपनीनं तुम्हाला कॉर्पोरेट नेटवर्कमध्ये प्रत्यक्ष प्रवेश करू दिला तर ते सगळ्यात चांगलं आहे.

आपली संग्रहित माहिती साठवून ठेवण्यासाठी कॉम्प्युटरमध्ये क्लाउड, सामाईक जागा मिळणं : माहिती ही मोठी शक्ती आहे; पण ती कधीकधी तुम्हाला आपल्या कॉम्प्युटरशी सतत बांधून ठेवणारं बंधनही बनू शकते. घरून ऑफिसचं काम करताना तुम्ही एकमेकांना मदतीची ठरेल, अशी माहिती एकमेकांबरोबर वाटून घेण्याची सवय लावायला हवी. यामुळे 'आम्हाला एखादं डॉक्युमेंट पाहिजे आहे', अशा तऱ्हेच्या तुम्हाला येणाऱ्या विनंत्यांची संख्या कमी होईल आणि त्या डॉक्युमेंटसाठी स्वतःच्या कॉम्प्युटरला जोडून राहण्याची तुमची गरजही कमी होईल. एका कंपनीत काम करणाऱ्या लोकांना आपली उपयुक्त माहिती एका सामाईक जागेत, (क्लाउडमध्ये) घालून ती इतरांबरोबर वाटून घेण्याच्या खूप सोई आहेत. तुमच्या परवानगीनं तुम्ही साठवलेली माहिती इतरांना वाचायला मिळू शकते. क्लाउडच्या सोईमुळे तुमचा बराच वेळ वाचू शकतो; कारण तुमच्याशी संपर्क करण्याआधी, पाहिजे असलेली माहिती सामाईक क्लाउडमध्ये शोधायची सवय तुमच्या सहकाऱ्यांना लागेल. तरीही त्यांनी तुम्हाला फोन केला तर तुम्ही फोनवरच त्यांना पाहिजे असलेल्या फोल्डरची 'लिंक' त्यांना सांगू शकता. या पद्धतीमुळे तुमचा वेळच नाही तर बँडविड्‌थही वाचू शकेल. या पद्धतीमुळे तुमच्या कॉम्प्युटरमधून ती माहिती गहाळ होण्याची शक्यता कमी होते आणि ऑफिस लॅपटॉपवरच अवलंबून राहण्याची गरज पडत नाही. विजेच्या तीव्र प्रवाहामुळे माझा लॅपटॉप

चार्जर जळून गेला तरीही क्लाउडमध्ये घातलेली माझी संग्रहित माहिती मला मिळत राहिली. नवीन चार्जर मिळायला मला दोन दिवस लागले. पण त्या अवधीत सामाईक जागेतील माझ्या फाइल्स वापरायची तात्पुरती परवानगी घेऊन मी माझ्या स्वतःच्या कॉम्प्युटरवरून ऑफिसचं काम करू शकलो. अशा सामाईक जागेचं नवीन नाव आहे 'क्लाउड'. बहुतेक कॉर्पोरेट कंपन्यांचा आपल्या सावधगिरीच्या यंत्रणांनी सुरक्षित करून ठेवलेला खासगी क्लाउड असतो. लहान लहान कंपन्या आपल्या कामासाठी सार्वजनिक क्लाउडचा उपयोग करू शकतात.

पण क्लाउड व अशा प्रकारच्या इतर योजनांचा वापर करण्यासाठी तुमच्याकडे अत्याधुनिक स्मार्ट फोन असायला हवा. त्यात स्पेलिंग तपासण्याची सोय, तसेच इ-मेल, कंपनीचं कार्यसूची कॅलेंडर, संपर्कासाठी फोन नंबर इत्यादी असावे लागते.

हे तंत्रज्ञान देशोदेशीच्या संबंधितांना लगेच जोडू शकतं. याचा उपयोग करून दुसऱ्या देशात राहणाऱ्या एका स्त्री सहकाऱ्याशी लगेच संपर्क साधून मी एका संकटाचं रूपांतर एका महत्त्वपूर्ण विजयात कसं केलं, याचं हे एक उदाहरण पहा.

एकदा रात्री आठ वाजता मला मॅगेझिन 'सीएफओ इंडिया'मध्ये काम करणाऱ्या अनुराधाचा फोन आला. त्यावेळेस आमच्या दहाव्या मजल्यावर एक काजवा आलेला होता. मोठ्या उत्साहाने मी तो माझ्या छोट्या मुलींना दाखवत होतो.

'जेम्स, एक मोठी अडचण आलीये. थायलंडमधील राजकीय अस्थिरतेमुळे आपली सीएफओच्या वरिष्ठ वित्तीय अधिकाऱ्यांची मीटिंग बँकॉकऐवजी कुआलालंपूरला भरवावी

लागणार आहे. अशा परिस्थितीतही तू आम्हाला आधारभूत यंत्रणा पुरवण्याचं काम करू शकशील का?'

तिने सांगितलेला हा कार्यक्रम महिनाभरात होणार असल्याने नवीन जागेबद्दलचा निर्णय तिला चोवीस तासात घ्यायचा होता. या मीटिंगमध्ये चर्चिल्या जाणाऱ्या विषयाशी संबंधित असा एक अद्‌भुत अनुभव मीटिंगच्या सदस्यांना द्यावा, असा माझा बेत होता. पण या पूर्णपणे बिघडलेल्या स्थितीत कुआलालंपूरला मी काय करू शकेन, याचा मला काहीच अंदाज नव्हता. तो अंदाज बांधण्यासाठी मला परत शोधाशोध करावी लागली असती. त्याला अनुसरून नवीन बेत आखावा लागला असता. पण त्यासाठी लागणारा वेळ आमच्याकडे नव्हता.

मी लगेच कॉम्प्युटर सुरू करून माहिती गोळा करायला सुरुवात केली. आमच्या कंपनीचा चार्ट पाहून मलेशियात माझ्यासारखंच काम करणाऱ्या आमच्या अधिकाऱ्याच्या नावापुढे कॉम्प्युटरचा बाण आणला व त्याला कळवलं की, 'थायलंडमधील बदललेल्या परिस्थितीत सीएफओ मीटिंगबाबत मी काय करावं याबाबत मला तुमचा सल्ला हवाय. या संदर्भात मी उद्या सकाळी फोन करून तुम्हाला विचारीन.' निरोप टाइप करून मी त्याला पाठवला. नशीब म्हणजे त्याच्या नावापुढे मला हिरव्या रंगाचं बटन चालू दिसलं. त्याचा अर्थ असा होता की, त्यानं त्याच वेळेस माझा निरोप पाहिलेला आहे व मी त्याच्याशी बोलू शकतो. माझ्यासाठी ही फार छान बातमी होती. पण त्याच्या कुटुंबासाठी मात्र ही वाईट बातमी होती, कारण त्या वेळेस मलेशियाला रात्रीचे साडेदहा वाजलेले होते. सर्व संबंधितांना एकत्र आणणाऱ्या युनिफाईड कम्युनिकेशन या अद्‌भुत तंत्राचा हिरवं बटन हा एक भाग आहे. तब्बल चार वर्ष युनिफाईड कम्युनिकेशन हे

तंत्र माझ्या नोकरीची जीवनरेखा ठरली आहे. तिच्या आधारामुळेच मी आलुवातील माझ्या देवाजीच्या ऑफिसमधून म्हणजे घरून ऑफिसचं काम करू शकलो. तेही बंगळूरमधील ऑफिसमधून केलं असतं त्याहून कितीतरी जास्त कार्यक्षमतेनं.

मी त्या हिरव्या बटनवर कॉम्प्युटरचा बाण आणून क्लिक केलं. चॅट विंडो उघडली आणि टाइप केलं, 'हाय डेंग, मी भारतातून तुझ्यासारखंच काम करतो. मला तुझ्या मदतीची गरज आहे. तू काही मिनिटं माझ्याशी चॅट करू शकतोस?' तिकडून त्यानं टाइप करून उत्तर पाठवलं, 'हाय जेम्स, मी काही मिनिटं तुझ्याशी चॅट करू शकतो.'

मग मी माझी अडचण डेंगला कळवली. डेंगने उत्तर दिलं, 'तू माझ्याशी फोनवर बोलशील का? कदाचित तुला पाहिजे असलेली गोष्ट माझ्याकडे असू शकेल.' मी माझ्या खोलीचं दार लगेच बंद केलं. हनुवटीजवळ लावायचा हेडसेट लावला. या हेडसेटची विशेषता ही आहे की, मी बोलायचं थांबलो की माझ्या जवळपास होणारा कोणताही आवाज ऐकणाऱ्यापर्यंत पोहोचत नाही. आणखी एक क्लिक करून आम्ही लिखित निरोप मौखिक निरोपात रूपांतरित केला.

डेंग म्हणाला, 'जेम्स, तुमच्या चर्चेचा विषय आहे, क्लाउड कॉम्प्युटिंग. तुला तुझ्या सीएफओंना क्लाउडजवळ म्हणजे खऱ्या ढगांजवळ न्यायला आवडेल का?' मी उल्लसित होऊन म्हटलं, 'खरंच खूप आवडेल मला ते. पण तू माझी चेष्टा तर करत नाहीयस ना?' तो तिकडून म्हणाला, 'नाही नाही, मी तुझी चेष्टा करत नाहीय. इथे 'पेट्रोनाज टॉवर्स' म्हणून एक गगनचुंबी इमारत आहे. तिच्या बेचाळिसाव्या मजल्यावर मलेशियन पेट्रोलियम क्लब आहे. ही जागा तुझ्या कार्यक्रमासाठी अगदी छान जागा आहे. ही जागा नेहमी ढगांनी वेढलेली असते. आत्ता मी तिथं सीइओंसाठी

एक मीटिंग घ्यायचा विचार करत होतो. पण काही कारणानं ती आता रद्द झाली आहे.' मी थोड्या साशंक स्वरात म्हणालो, 'छानच वाटतंय हे. पण ही जागा मला परवडेल की नाही कोण जाणे.'

डेंगनं आणखी एक क्लिक करून मला त्याच्या डेस्कटॉपवरील माहिती दाखवली. त्यावरून त्यानं त्याच्या मीटिंगसाठी तयार केलेल्या जमाखर्चाचा आराखडा मला कळवला. हा खर्च तर माझ्या बजेटमध्ये छान बसत होता. मी डेंगला लगेच कळवलं की, मलेशियन पेट्रोलियम क्लबमध्ये सीएफओंची मीटिंग ठेवायला मला आवडेल. त्यानं ताबडतोब त्याच्या एजन्सीला मेल केली. या एजन्सीचा सीइओ त्या अत्युच्च दर्जाच्या क्लबचा मेंबर होता. मग डेंगला मेल पाठवून मी त्यात माझ्या मीटिंगची तारीख, वेळ आणि मीटिंगसाठी किती लोक येणार आहेत, तेही कळवलं.

अनुराधाचा फोन येऊन आठच मिनिटं झाली होती आणि तेवढ्यात माझ्याकडे सीएफओंच्या मीटिंगसाठी आणखी एका अपूर्व अनुभवाची योजना तयार होती. दुसऱ्या दिवशी सकाळी आठ वाजता मला मेल आली की, कार्यक्रमाचं स्थळ उपलब्ध असून संबंधित अधिकाऱ्यानं ते माझ्यासाठी राखून ठेवलं आहे. त्याच्या दुसऱ्या दिवशी सीएफओ इंडिया टीमला कळलं की, कुआलालंपूरची कान्क्लेव्ह मी फक्त आयोजितच करत नाहीये तर तिला संस्मरणीय बनवण्यासाठी एक छानशी गोष्टही करणार आहे. हा नवीन अनुभव घ्यायला सीएफओ इंडिया टीम आता उत्सुक झाली होती.

केरळच्या अनिवासी भारतीय समाजाचे जितके आभार मानावेत तितके थोडे आहेत. त्यांच्या सौजन्यपूर्ण मदतीमुळेच मला सिंगापूरमार्गे जाणारी कोची ते कुआलालंपूरची छोटीशी

फ्लाइट घेता आली. मात्र मेट्रोजमधील सीएफओंच्या फ्लाइट्स एक तर रात्री तीन वाजताच्या तरी होत्या किंवा दुसरं विमान घेण्यासाठी त्यांना मधल्या एअरपोर्टमध्ये बराच वेळ वाट तरी पाहावी लागली. त्यामुळे त्यांच्या झोपेचं पार खोबरं झालं. माझ्या फ्लाइटमध्ये माझ्या शेजारी एक लहान मूल बसलेलं होतं. त्याच्या बडबडीनं किंवा रडण्यानं माझी झोप वारंवार चाळवली जात होती. पण तरीही सीएफओंचा ग्रुप कुआलालंपूरला येण्याआधी मी थोडीशी झोप काढून घेऊन रात्रीच्या अपुऱ्या झोपेची भरपाई करू शकलो.

कुआलालंपूरचं आमचं कॉन्क्लेव्ह इतकं उत्तम झालं की, सीएफओ इंडियाच्या संपादकांना आपल्या मासिकात त्याबद्दल 'क्लाउड नाइन फॉर सीएफओज' (सीएफओ आनंदाच्या उंच ढगावर) या शीर्षकानं एक लेख छापावासा वाटला.

अशा प्रकारे तंत्रज्ञानावर आधारित कॉम्प्युटर या यंत्रावर काम करत असताना तुम्ही लॅपटॉपकडे सारखं पाहत आहात, काही तरी बोलताहात, जोरात हसताहात तर कधी ओरडताहात हे पाहून तुमच्या मुलांना कदाचित थोडं विचित्र वाटेल; पण माझ्या मुलींची मात्र अशीच समजूत आहे की, आपल्या एक्स बॉक्ससारखंच हे काही तरी आहे आणि एक्स बॉक्सच्या मदतीनं आपण जसे वेगवेगळे खेळ खेळतो, तसंच मोठी माणसं याच्या म्हणजे कॉम्प्युटरच्या मदतीनं काही तरी खेळ खेळताहेत.

७) आवाजविरहित - तुमचं गुपित तुमच्याकडेच

एव्हाना मी आपल्या स्वत:च्या गावी परत येऊन वर्ष होऊन गेलं होतं. एकदा मी मुंबईच्या ताजमहल पॅलेसच्या बारमध्ये आमच्या कंपनीच्या काही वरिष्ठ लोकांबरोबर बसलो होतो. रात्री उशिराच्या या बैठकीत महत्त्वाच्या सूचनांची

देवाणघेवाण चालली होती. सगळ्यांच्याच दृष्टीनं दिवस फार घाईगडबडीचा गेलेला होता, कारण मायक्रोसॉफ्टच्या सीएफओंचा भारतातील सर्व प्रमुख सीएफओंबरोबरचा फोरम मी फार व्यवस्थित पार पाडला होता. ही मीटिंग यशस्वी होण्यासाठी मी नऊ महिन्यांपासून झटत होतो. हिची तयारी करताना आम्हाला दोन मोठे धक्के बसले होते. पहिला म्हणजे आमची ही मीटिंग पुढे ढकलली गेली होती आणि दुसरा म्हणजे आमच्या सगळ्यात लोकप्रिय सीएफओनं मीटिंगच्या काहीच आठवडे आधी नोकरीचा राजीनामा दिला. तरीसुद्धा मीटिंगचं आयोजन मी खूप चांगल्या रीतीनं करू शकलो. या मीटिंगमुळे भारतातील सीएफओंना एकत्र येऊन चर्चा करण्याची, कित्येक महत्त्वपूर्ण निर्णय घेण्याची व एकत्र काम करण्याची संधी मिळाली. आम्ही सगळे खूप उत्साहात होतो. या वेळी एका हलक्याफुलक्या क्षणी मी माझं छोटंसं गुपित त्यांना सांगितलं,

सीएफओंची टीम मुंबईत दाखल होऊन कार्यक्रमाच्या जागी जात होती तेव्हा मी माझ्या शेतावरील झाडाचा फणस उतरवत होतो.

'कुठं आहे तुझं हे बंगळूरजवळचं शेत? मला आवडेल तिथं यायला.' एक एक्झिक्युटिव्ह उद्‌गारला.

'सर, माझं शेत कोचीजवळ आहे. मी बंगळूरला नाही, कोचीला राहतो,' मी म्हटलं. माझ्या बोलण्यावर त्याचा विश्वास बसला नाही. आधी रवी वेंकटेशनबरोबरच्या विमानप्रवासातही मी अशाच परिस्थितीत सापडलो होतो. शेवटी, काही महिन्यांपासून मी माझ्या स्वतःच्या शहरातून काम करतोय, हे त्या एक्झिक्युटिव्हला कळलं तेव्हा तो म्हणाला, 'आपण किती गोष्टी एकत्र करतो; पण तू दुसरीकडे राहायला गेलायस हे आत्तापर्यंत माझ्या लक्षातच आलं नव्हतं. छान असेल ना हा बदल?' नंतर एकदा मी आमच्या

कस्टमर एक्झिक्युटिव्हबरोबर एके ठिकाणी गोल्फ खेळत होतो. माझ्यासाठी मी खेळलेल्या अत्यंत महागड्या गोल्फपैकी एक गोल्फ होता हा. त्या शनिवारी मी माझ्या विमानखर्चानं मुद्दाम कोचीहून बंगळूरला आलो होतो. आम्ही गोल्फचा एकही खेळ खेळलो नाही. खरं तर हे नवशिक्या गोल्फर्सचं ट्रेनिंग होतं. ट्रेनिंग संपल्यावर एकमेकांची नीट ओळख व्हावी, नीट बोलता यावं, पुढचे अंदाज बांधता यावेत, यासाठी नेटवर्किंग लंच होतं. त्यासाठी आम्ही टेबलाभोवती बसलो. गप्पांच्या ओघात मी देवाजीच्या ऑफिसमधून म्हणजेच माझ्या स्वतःच्या गावाच्या घरातून ऑफिसचं काम करत आहे, हा विषय निघाला. माझ्या या संकल्पनेला बऱ्याच जणांचा विरोध असल्यानं मी आपले मुद्दे तावातावानं मांडत होतो. शेवटी एका बहुराष्ट्रीय कंपनीच्या टेक्नोलॉजी एक्झिक्युटिव्हनं भारतात त्यांच्या कंपनीतील वर्क फ्रॉम होम याबद्दल त्यांनी केलेल्या एका सर्व्हेची आकडेवारी आम्हाला सांगितली. कंपनीतील ज्या लोकांनी घरून काम करण्याचा प्रयत्न केला, त्यांना आलेली मुख्य अडचण होती त्यांच्या अवतीभवतीचे आवाज. त्यांचे कस्टमर्स वाहनांच्या, कुत्र्यांच्या भुंकण्याच्या, मुलांच्या रडण्याच्या किंवा घराजवळ होणाऱ्या बांधकामाच्या आवाजानं त्रासून जायचे. घरी असल्यावर हे सगळे आवाज जवळपास असायचेच, अशी कंपनीतील बऱ्याच नोकरदारांची भावना होती. मग माझा एक सहकारी म्हणाला, "जेम्सच्या बाजूनं आम्हाला फक्त पक्ष्यांच्या चिवचिवाटाचा आवाज येतो आणि आम्ही त्याला खिडकी बंद करू नकोस, असं सांगतो."

सर्वांत उंच ठिकाणी राहा : ऑफिसचं बहुतांशी काम स्वतंत्र बंगल्यापेक्षा फ्लॅटमधून करायचं असं मी जरा नाखुशीनंच ठरवलं. याचं महत्त्वाचं कारण हे होतं की, मी कामानिमित्त

बाहेरगावी गेलो असताना घराच्या सुरक्षेच्या बाबतीत किंवा नळ, पाणी, वीज वगैरे गोष्टींबाबत मला काळजी करावी लागली नसती. अपार्टमेंटचा सगळ्यात वरचा मजला निवडण्याचीही दोन कारणं होती. एक म्हणजे तिथून नदीचं नयनरम्य दृश्य मला सहज दिसायचं. दुसरं म्हणजे आपल्या डोक्यावर लोकांनी राहणं आम्हाला अजिबात पसंत नव्हतं. हो, यालाही एक कारण आहे. ते म्हणजे याबाबतीत डलासला असताना आम्हाला आलेला वाईट अनुभव. तिथं आमच्या वरच्या मजल्यावरील मूल सारखं जमिनीवर उड्या मारायचं. अमेरिकेतील जमीन फरशीऐवजी लाकडाची बनवलेली असते व एका मजल्यावरील आवाज लगतच्या मजल्यावर जाऊ नये, याची व्यवस्था केलेली असते. पण आमच्या डलासच्या बिल्डिंगमधील ही व्यवस्था फार वाईट होती. भारतात सिमेंटच्या जमिनीमुळे याबाबतची स्थिती फारशी वाईट नाहीये. पण आम्हाला डलासचा अनुभव पुन्हा यायला नको होता. सर्वांत वरचा मजला निवडल्यानं आमच्यापर्यंत रोडवरील रहदारीचा आवाजही येणं शक्य नव्हतं. शिवाय भारतातील लहान शहरात वा गावात तेवढी रहदारीही नसतेच. माझ्या गावाबाबत म्हणाल तर इथं मोटारच्या हॉर्नपेक्षा, माशांनी आपली लपायची जागा सोडून बाहेर यावं म्हणून कोळ्यांनी पाण्यावर मारलेल्या वल्ह्यांचाच आवाज जास्त असतो. शिवाय आम्ही वरच्या मजल्यावर राहत असल्यामुळे मुलांच्या पार्कमधील आरडाओरडही ऐकायला येत नाही.

सध्याच्या व भविष्यातील विमानमार्गांपासून दूर रहा : मी लास वेगासला राहत असताना माझा भाऊ वेगास विमानतळाच्या विस्तार योजनांवर लक्ष ठेवून असे. तो मला म्हणायचा की, पुढे - मागे नवीन विमानमार्ग त्याच्या घरावरून गेला तर त्याच्या घराची किंमत पार रसातळाला जाईल.

त्याच्या या विधानात किती गंभीर तथ्य आहे हे मला, आम्ही भारतात परत आल्यानंतरच्या पहिल्या रात्रीपर्यंत कळलेलं नव्हतं. त्या रात्री तीन वाजता मला आणि माझ्या बायकोला सामानवाहू विमानाच्या भयंकर घरघराटानं जाग आली. ते विमान माझ्या चुलतभावाच्या घराच्या धुराड्याला जवळ-जवळ घासून गेलं होतं. आम्ही एकमेकांकडे पाहत म्हणालो, 'अरे बाप रे! असल्या भयंकर आवाजात यांना झोप तरी कशी येते?' अशा ठिकाणी राहणाऱ्यांना असल्या आवाजांची सवय होऊन जात असली तरी आपल्या कस्टमर्सना वा सहकाऱ्यांना असा आवाज त्रासदायकच वाटणार. म्हणूनच आपल्या भागातील आत्ताच्या वा भविष्यातील विमानमार्गांबद्दलचा व्यवस्थित अभ्यास करा. आपलं घर त्यांच्या कक्षेत येणार नाही याची शक्य तितकी खातरजमा करून घ्या. आम्ही विमानपट्टीला समांतर ठिकाणी घर घेतलं आहे. तरीही आठवड्यात एकदा कोलंबोला जाणारं एक विमान आमच्या डोक्यावरून उडतंच. पण विमान विमानपट्टीवर खाली येऊन उतरण्याइतकं, त्याचं आपल्या डोक्यावरून उडत जाणं भयंकर नसतं.

प्रियजनांपासून दोन दरवाजे दूर राहा : मी देवाजीच्या ऑफिसमधून काम करायला सुरुवात केली तेव्हा माझी सगळ्यात लहान मुलगी फक्त अठरा महिन्यांची होती. मी सकाळी माझ्या घरच्या ऑफिसमध्ये जायला निघे, तेव्हा ती मला 'बाय बाय' करून निरोप देई. तिला जणू कळायचं की मी त्या खोलीत गेलो की, घरातून बाहेर गेल्यासारखाच आहे. ती माझ्या या खोलीच्या बंद दारावर टकटकसुद्धा करायची नाही, कारण कालांतरानं तिला कळून चुकलं की माझ्याकडून कोणतंही उत्तर तिला मिळणार नाही. पण काही झालं तरी मुलं ही मुलंच असतात. कधी कधी त्यांना स्वतःवर ताबा ठेवता येत नाही. त्यांच्यावर नियंत्रण ठेवण्यासाठी त्यांना

काही बोलण्यातही अर्थ नसतो. ज्या माणसांना ती पाहूही शकत नसतात, त्यांच्याबरोबरचा कॉन्फरन्स कॉल किती महत्त्वाचा आहे हे त्यांना कळणं शक्य नसतं. अशी स्थिती उद्‌भवलीच तर मी आमच्या बाल्कनीत जाऊन खोलीचं बाल्कनीकडचं दारही घट्ट बंद करून घेतो. आता मी माझ्या मुलीपासून दोन दारं दूर असतो. त्यामुळे तिनं काहीही केलं तरी त्याचा त्रास मला होत नाही.

फारच त्रास झाला तर जवळचं हॉटेल गाठा : घर कुठं घ्यायचं हे ठरवण्याआधी नियोजित जागेचा अंदाज घेण्यासाठी त्या भागात कमीत कमी एक आठवडा घालवा. आपल्या देवाजीच्या ऑफिसच्या जवळपास कोणकोणती धार्मिक स्थळं आहेत, त्यांचे मुख्य उत्सव कधी साजरे होतात, याचा आढावा घ्या. यात मुख्यत्वे मशिदी, चर्च व मंदिरांचा समावेश होतो. मशिदींच्या बाबतीत विचार केल्यास त्यांचे मोठे सामुदायिक नमाज-प्रार्थना दर शुक्रवारी असतात. पण त्यांची वेळ निश्चित असल्यानं तेथील लाउडस्पीकर सुरू झाल्यावर तुम्ही दुसरी काही तरी गोष्ट करण्याचं ठरवून आपल्या कार्यसूचीत तशी नोंद करू शकता. चर्च व मंदिरांच्या बाबतीत प्रार्थनांच्या अशा वेळा कमी असतात, पण त्या असतात तेव्हा त्या आवाजाची तीव्रता तुमच्या सहनशक्तीच्या बाहेर असू शकते. मी एकदा आमच्या अमेरिकेच्या सीओओचं (चीफ ऑपरेटर ऑफिस) भाषण लिहिणाऱ्या माणसाशी फोनवर बोलत होतो. त्याचं बोलणं ऐकून घेऊन मी आपलं बोलणं सुरू करणार, एवढ्यात आमच्या स्थानिक चर्चच्या वार्षिकोत्सवानिमित्त जोरजोरात फटाके उडवले गेले. मी बोलावं म्हणून तो माझं नाव वारंवार घेत होता; पण त्या वेळेस मी माझा माइक सुरू केला असता तर त्याला माझ्या जवळपास बॉंबस्फोट झालाय की काय, असं वाटलं असतं. त्यामुळे मी या कॉलवर

असलेल्या माझ्या दुसऱ्या एका सहकाऱ्याला एसएमएस पाठवून त्यात माझ्या आधी त्यानं स्क्रिप्ट राइटरबरोबर बोलून घ्यावं, असं कळवलं आणि मी फटाक्यांचा आवाज संपण्याची वाट पाहू लागलो. नंतर मी माझ्या वर्षाच्या कॅलेंडरमध्ये - कार्यसूचीमध्ये, त्या दिवसासमोर यापुढे या तारखेला एअरपोर्टजवळच्या माझ्या नेहमीच्या हॉटेलमध्ये राहायला जायचं अशी नोंद करून टाकली. आपण आपल्या व्यावसायिक गाठीभेटी जिथं करू शकू, अशा गावातील जवळपासच्या हॉटेलशी त्यांचं नेहमीचं गिऱ्हाईक म्हणून संबंध ठेवणं चांगलं असतं. या गाठीभेटी विशेषतः आपल्या सहकाऱ्यांबरोबरच्या व बाहेरगावाहून आपल्याला भेटायला आलेल्या व त्या गावात आपल्याशिवाय दुसऱ्या कुणाचीच ओळख नसलेल्या कस्टमरबरोबरच्या असतात. त्यांना आपल्या घरी बोलावण्यापेक्षा किंवा ते राहत असलेल्या शहरातील हॉटेलमध्ये जाण्यापेक्षा त्यांना आपल्या घराजवळच्या नेहमीच्या हॉटेलमध्ये भेटायला बोलावणं जास्त सोईचं पडतं. तुम्ही त्या हॉटेलचे फार मोठे गिऱ्हाईक नसलात तरी कालांतरानं त्या हॉटेलबरोबर तुमचे चांगले संबंध निर्माण होतात. फटाक्याच्या धूमधडाक्यासारखे किंवा ब्रॉडबँडमधील व्यत्ययासारखे प्रसंग उद्भवल्यास मी आमच्या या नेहमीच्या हॉटेलमध्ये एक रूम बुक करतो आणि तिथून ऑफिसचं काम करतो. पाच वर्षांत माझ्यावर फक्त दोनदाच अशी पाळी आली आहे. पण असा बिकट प्रसंग ओढवलाच तर आपल्या हाती अशी एखादी वैकल्पिक व्यवस्था असणं केव्हाही चांगलंच.

आपल्या जवळपासचे आवाज रोखण्यासाठी जॉबोन हेडसेटसारख्या यंत्रात पैसे गुंतवणं आपल्या हिताचं असतं, कारण आपण बोलत नसताना हे यंत्र आपल्या आजूबाजूचे आवाज फोनच्या दुसऱ्या बाजूला जाऊ देत नाही.

८) शिस्त : आठवडाभर खुशवंतसिंग व्हा आणि सुट्टीच्या दिवशी शशी थरूर

माझ्या व्यवसायातील लोकांनी मला धोक्याचा इशारा दिला होता की, लहान शहरात राहायला गेलात तर तुमची कार्यक्षमता खूप कमी होईल. त्यांचं म्हणणं होतं की, हे फक्त तांत्रिक व्यवस्थेतील उणिवांमुळेच होईल असं नाही, तर गावातील तुमच्या अवतीभवतीच्या लोकांच्या वेळीअवेळी तुमच्याकडे येण्यानंही तुमच्या कामात वारंवार व्यत्यय येऊ शकतो. तुम्हाला आपल्या कामासाठी जी काही पद्धत वा शिस्त पाहिजे असेल ती तुम्ही अगदी पहिल्या दिवसापासूनच अमलात आणा. लोकांना सुरुवातीला हे अवघड वाटेल; पण लवकरच ती पद्धत ते स्वीकारतील आणि तुमच्याकडे केव्हा यायचं हे तुमच्या वेळापत्रकाप्रमाणं ते ठरवतील.

आठवड्याचं काम स्वर्गीय खुशवंतसिगांप्रमाणे करा : तुम्ही घरून विशेषतः खेडेगावातील घरातून ऑफिसचं काम करत असाल तर तुम्हाला सहज भेटायला येणाऱ्या लोकांचा तुम्हाला ताप होऊ शकतो. त्यांची अशी कल्पना असते की, तुमचं काम खरंच तेवढं महत्त्वाचं असतं तर तुम्ही ते ऑफिसमध्ये जाऊन केलं असतं; घरी बसून केलं नसतं. कॉन्फरन्स कॉल काय असतो, हे मी आधी माझ्या भावा-बहिणींना आणि अगदी जवळच्या नातेवाइकांना समजावून सांगितलं. तरीसुद्धा सुरुवातीला माझ्या घरावरून जाता-येता वाटेत मला भेटायला आलेल्यांच्या भेटी मला टाळायला लागल्या. त्यामुळे सुरुवातीला त्यांना चिडायला झालं; पण लवकरच त्यांच्या लक्षात आलं की दयामाया न दाखवता मी हे फक्त त्यांच्याच बाबतीत नाही तर सगळ्यांच्याच बाबतीत करतो आहे. कुरकुरत का

होईना पण त्यांनी कॉन्फरन्स कॉलमध्ये व्यत्यय आला तर माझी नोकरी जाऊ शकेल, ही वस्तुस्थिती मान्य केली. मी अमेरिकेतील बहुराष्ट्रीय कंपनीसाठी काम करत असल्यानं मी अमुकच वेळी कामातून मोकळा होईन, अशी शाश्वती नव्हती. दोन महिन्यांतच मला भेटायला येणारे लोक मला आगाऊ फोन करून मी अमुक-अमुक दिवशी कामासाठी बाहेरगावी तर जात नाहीये ना किंवा त्यांच्या भेटीसाठी कामातून वेळ काढू शकतो का, अशी चौकशी करू लागले. लहान गावातील बहुतेक लोक ऐन वेळेस गाठीभेटीला जात असले तरी वर सांगितल्याप्रमाणे आगाऊ वेळ ठरवून मला भेटायला येणाऱ्या लोकांना भेटणं मी जमवू शकत होतो. लहान गावात वाईट बातम्या फार लवकर पसरतात, त्यामुळे ऐन वेळेस भेटायला आलेल्या लोकांशी मी उद्धटपणे वागतो, ही बातमी माझ्या दूरच्या नातलगांपर्यंत लगेच जाऊन पोचली.

खुशवंतसिंगांप्रमाणे माझ्या बिल्डिंगच्या सिक्युरिटी स्टाफला मी स्पष्ट सूचना देऊन ठेवल्या आहेत की, 'मी एखाद्याची वाट पाहत असेन तर ठीक आहे; नाहीतर माझ्या घराची बेल कुणालाही वाजवू देऊ नका.' माझ्याकडे कुणी येणार असेल तर त्याबाबतची आगाऊ सूचना मी बिल्डिंग सिक्युरिटी स्टाफला देऊन ठेवतो. याला अपवाद फक्त पोस्टमन आणि कुरिअरवाले आहेत. कारण त्यांना येऊ दिलं नाही तर ते मलाच महागात पडेल. पोस्टमन बहुतेकदा डिसकनेक्शन नोटिससारखी वाईट बातमी आणतो. पण नोटिसवर सही करणं आवश्यक असतं. ऑफिसमध्ये माझ्या नावे आलेली पत्रं कुरिअरनं माझ्या घरच्या पत्त्यावर ऑफिसकडून पाठवली जातात. ती मला मिळायला आधीच उशीर झालेला असतो. त्यामुळे कुरिअरवाल्याला परत पाठवणं मला परवडण्यासारखं नसतं. पोस्टमन व कुरिअरवाला सोडून दुसरं कुणी मला

भेटायला आलं, तर त्याला ठरावीक उत्तर मिळतं. 'रात्री उशिरापर्यंत सर फोन मीटिंगवर आहेत. कृपया तुमचा नंबर व मेसेज द्या. सरच तुम्हाला परत फोन करतील.' मला भेटायला आलेल्या माणसाला परत येण्याची तसदी पडू नये, यासाठी मी त्याला त्याचा मेसेज मिळाल्यावर शक्य तितक्या लवकर फोन करतो. माझ्या फणसाच्या व्यापाराला वर्तमानपत्रात भरपूर प्रसिद्धी मिळाल्यानंतर माझ्या वरील पद्धतीमुळे छान काम झालं. मला भेटता यावं म्हणून कित्येक लोक दुसऱ्या जिल्ह्यांमधून प्रवास करून मला भेटायला येत. यासाठी काही जण माझ्या बायकोच्या हॉस्पिटलमध्येही पोचत. आमच्या सिक्युरिटी स्टाफनं ही स्थिती खूप चांगल्या पद्धतीनं हाताळली. आलेल्यांचे टेलिफोन नंबर लिहून घेऊन त्यांनी त्यांना जायला सांगितलं. आलेल्यांपैकी नव्वद टक्के लोक फणस विकायला आलेले होते. पण फणस तर मला बसल्या जागी भरपूर प्रमाणात मिळत होते. बाकीच्यांची इच्छा होती, की मी त्यांच्या आवडत्या फळांवर व फुलांवर माझं लक्ष केंद्रित करावं. दुसऱ्या दिवशी सकाळी मी फिरायला जाई, तेव्हा आदल्या दिवशी मला भेटू इच्छिणाऱ्या सगळ्यांना मी फोन करत असे.

आठवड्याच्या शेवटी शशी थरूरसारखं वागा : युनायटेड नेशन्समध्ये परराष्ट्रनीतिज्ञ म्हणून काम केलेल्या व आता राजकारणात असलेल्या शशी थरूरप्रमाणे मला शनिवार-रविवारच्या सर्व कौटुंबिक समारंभांना जायला आवडतं. माझ्या बाकीच्या नातलगांप्रमाणे त्या समारंभांना गेल्यावर कोणत्याही साध्यासुध्या गोष्टींमुळे माझा हा आनंद कमी व्हावा, असं मला वाटत नाही. त्यामुळे खरोखरच काही त्रासदायक परिस्थिती उत्पन्न झाल्याशिवाय कुणी मला त्रास देऊ नये, याची मी खबरदारी घेतो. सुट्टी घेण्याच्या दोन आठवडे आधी माझ्या

महत्त्वाच्या सहकाऱ्यांना मी सुट्टी घेत असल्याचं कळवतो. तसंच सुट्टीसाठी बाहेर जाण्याच्या तीन दिवस आधी त्यांना 'मी सुट्टीवर जात आहे' याची आठवणही करून देतो. सुट्टीच्या दिवसात मला फोन करावाच लागला तर त्यांना थोडं वाईट वाटावं, संकोच वाटावा यासाठी मी हे करतो. माझी एक स्त्री सहकारी एकदा मला म्हणालासुद्धा, की 'मला जेम्सच्या रजेआधी, माझ्या स्वतःच्या रजेआधी येतो त्यापेक्षा जास्त थकवा येतो.'

मला आपल्या अवतीभवती कुटुंबातील वेगवेगळ्या पिढ्या व मित्रमंडळी नांदत असलेली आवडतात. यासाठीच मी माझ्या स्वतःच्या गावी परत आलो होतो. नामकरण, वाढदिवस, धार्मिक सभा, लग्न, लग्नाचे वाढदिवस, वास्तुशांती, चर्च-मंदिर वगैरेंमध्ये होणारे उत्सव तसेच ओणम, स्नेक बोट रेससारखे गावातील उत्सव यात भाग घ्यायला मला भयंकर आवडतं. पण हे सर्व माझ्या आठवड्याच्या सुट्ट्यांच्या दिवशी म्हणजे शनिवार-रविवारी आले तर. या नियमाला अपवाद म्हणजे माझ्या जवळच्या नातलगांकडील वा मित्रांकडील अंत्येष्टी क्रिया. रविवारी मी आपली पारंपरिक लुंगी घालून आपलं गाव कधीही सोडून न गेलेल्या गावकऱ्याप्रमाणे चर्चला जातो. लोकांच्या मागे उभं राहून आपली मुलं संडे स्कूलच्या इतर मुलांबरोबर पुढच्या रांगेत उभी आहेत व चर्चचे प्रीस्ट व नन्स कधी काळी आपल्याला ओरडायच्या तसंच आता त्यांना ओरडत आहेत, हे पाहण्यात काही आगळंच सुख आहे. मी मोठा होत असताना माझे डॅड आणि काका जी भूमिका बजावत तीच भूमिका मी आज हुबेहूब बजावत आहे. त्यात चर्चच्या भक्तजनांनी आणलेल्या वस्तूंच्या रविवार लिलावात भाग घेणं, ख्रिसमस कॅरोल्समध्ये भाग घेणं, 'पॅशन संडे'च्या दिवशी ताडाची पवित्र पानं जमा

करणं, येशू ख्रिस्ताला शुक्रवारी सुळावर चढवलं जाण्याआधीच्या 'मॉंटी थर्सडे', गुरुवारच्या दिवशी त्यांनी आपल्या प्रिय शिष्यांबरोबर केलेल्या अखेरच्या जेवणाच्या स्मरणार्थ केलेलं 'पास ओव्हर'चं खास जेवण करणं, गुड फ्रायडेला पेल्यातील कडवट पेय पितानाचा मुलांचा कलकलाट ऐकणं आणि माझ्या बायकोच्या पारिवारिक चर्चपासून आमच्या स्वतःच्या पारिवारिक चर्चपर्यंतचं लांब अंतर चालत जाणं, या सर्व गोष्टींचा अंतर्भाव आहे.

९) दृष्टिआड असूनही नेहमी मनात राहणं

आपल्या स्वतःच्या शहरात राहून कंपनीचं काम करायचा माझा बेत मी माझ्या एका ज्येष्ठ सहकाऱ्याच्या कानावर घातला तेव्हा तो म्हणाला होता, "जेम्स, आउट ऑफ साइट, आउट ऑफ माइंड, असं तर होणार नाही ना? तू दृष्टिआड झालास की लोक तुला विसरून जातील." त्यानं मला सावधगिरीचा इशारा दिला होता की, "जेम्स, तू दूर गेलास की बाकीच्या सहकाऱ्यांबरोबरचा तुझा रोजचा संबंध संपुष्टात येईल. मुख्यतः वरिष्ठ अधिकाऱ्यांच्या नजरेत तू राहणार नाहीस आणि दूरवरचा विचार केल्यास या गोष्टीमुळे करिअरमध्ये तुझं नुकसान होऊ शकेल." अमेरिका व इंग्लंडमधील माझ्या बऱ्याच सहकाऱ्यांना मी खूप कार्यक्षमतेनं घरून ऑफिसचं काम करताना पाहिलं होतं. तरीही एका अनुभवी भारतीय मॅनेजरच्या या बोलण्यानं माझा आत्मविश्वास थोडा डळमळलाच. पण त्यांच्या या बोलण्यानं मला काम करायची अशी पद्धत शोधून काढायला प्रवृत्त केलं की, मी माझ्या सहकाऱ्यांच्या व वरिष्ठ अधिकाऱ्यांच्या नजरेत व मनात नेहमी राहीन.

वरिष्ठ अधिकाऱ्यांच्या मनात सर्वोच्च स्थान मिळवणं : आपल्या कंपनीच्या वरिष्ठ अधिकाऱ्यांच्या संपर्कात राहता यावं म्हणून मी माझ्या टीममधील एका वेगळ्याच कामाची जबाबदारी अंगावर घेतली. या नव्या कामामुळे मी लोकांच्या नजरेत जास्त उठून दिसणार होतो. माझ्या या नव्या कामाचं उद्दिष्ट होतं, आमच्या कस्टमरच्या वरिष्ठ अधिकाऱ्यांबरोबरचे आमचे संबंध अधिक पक्के करणं. आमच्या कंपनीच्या वरिष्ठ अधिकाऱ्यांच्या दृष्टीनं कस्टमरच्या वरिष्ठ अधिकाऱ्यांचं अनन्यसाधारण महत्त्व होतं. मी या दोहोंना सांधणारा दुवा होतो. या दोघांचे संबंध माझ्यातर्फे बळकट होत असल्यानं साहजिकच आमच्या कंपनीच्या वरिष्ठ अधिकाऱ्यांच्या मनातील माझंही महत्त्व व स्थान वाढलं होतं. याहून महत्त्वाची गोष्ट ही होती की, जेव्हा म्हणून स्टीव्ह बालमेर किंवा त्याच्याशी प्रत्यक्ष संबंध असलेलं कुणी भारतात येई, तेव्हा त्यांना भारतातील सर्वोच्च कस्टमरच्या सर्वोच्च अधिकाऱ्यांना भेटायला आवडे. या संदर्भातही मला महत्त्वपूर्ण काम करायला मिळे.

ऑफिसमधील सहकाऱ्यांच्या मनात सर्वोच्च स्थान मिळवणं : माझ्या स्वतःच्या शहरातून काम करण्याबाबत कंपनीशी करार करताना मी आपणहून प्रत्येक महिन्याच्या पहिल्या आठवड्यात मंगळवार ते गुरुवार स्वतःच्या खर्चानं बंगळूरला येऊन, बंगळूर ऑफिसमध्ये काम करीन, असं कबूल केलं होतं. एकाच ऑफिसात काम करणारे सहकारी चहापाण्याच्या वेळी एकमेकांना भेटून एकमेकांची विचारपूस करतात. ऑफिसमधील सोशल गॅदरिंगमध्येही ते एकमेकांच्या संपर्कात येतात. पण आपल्या इतर ऑफिसमधील सहकाऱ्यांशी त्यांची बेताचीच ओळख असते. या गोष्टीचा फायदा घेण्यासाठी मी अशी योजना आखली, जेणेकरून माझा सर्वच ऑफिसमधील सहकाऱ्यांशी जास्त संबंध येऊ शकेल. मी एखाद्या शहरात

मीटिंगसाठी गेलो तर तिथं मी दिवसाच्या सगळ्यात पहिल्या फ्लाइटनं जाई आणि दुसऱ्या दिवशीच्या सगळ्यात शेवटच्या फ्लाइटनं माझ्या गावी परत येई. त्यामुळे मला त्या शहरात पूर्ण दोन दिवस राहायला मिळे. मीटिंग सुरू होण्यापूर्वी आणि ती संपल्यावर मी तेथील ऑफिसमधून आपलं काम करी. त्या त्या ऑफिसमधून काम करताना मी कॉफीपानाच्या वेळेस किंवा भोजनाच्या वेळी तेथील सहकाऱ्यांशी गप्पागोष्टी करून संबंध वाढवी.

याशिवाय वेगवेगळ्या शहरांमध्ये आमच्या कंपनीचे सर्व्हिस अपार्टमेंट्स होते. कंपनीच्या स्टाफसाठी त्रैमासिक पार्ट्या किंवा ट्रेनिंग प्रोग्राम असत. असे काही विशेष समारंभ असल्यास मी आपलं हॉटेल सोडून सर्व्हिस अपार्टमेंटमध्ये राहायला जाई. तिथं राहणं कमी खर्चाचं असल्यानं मी त्या आठवड्यात त्या ऑफिसमधून काम करण्यासाठी आपला मुक्काम वाढवू शके. एखाद्या वेळी आमच्या महत्त्वाच्या कस्टमरचं काम पाहण्यासाठी कंपनीनं नवीन माणसाला कामावर घेतलं असेल, तर मी आपला वाढीव मुक्काम त्या माणसाला तयार करण्यासाठी जास्त वापरी. अशा रीतीनं बंगळूरमधील माझ्या सहकाऱ्यांबरोबरचा माझा प्रत्यक्ष संबंध कमी झाल्याची भरपाई मी इतर ऑफिसमधील सहकाऱ्यांबरोबरचा आपला संबंध जास्त वाढवून केली.

मी नोकरीत अशा प्रकारच्या जबाबदाऱ्या स्वीकारल्या, ज्यात कंपनीत काम करणाऱ्या खूप लोकांना एकत्र आणण्याचं काम होतं. उदाहरणार्थ, कंपनीच्या वार्षिक कामकाजाची रूपरेखा तयार करताना माझा कंपनीच्या जवळजवळ सर्व डिव्हिजनशी आणि त्यातील खूपशा लोकांशी संबंध येई. मी कंपनीच्या सर्वांत मोठ्या बिझनेस ग्रुपच्या कामकाजाचं नियोजन करण्याची जबाबदारी अंगावर घेतली. त्यामुळे त्या ग्रुपमधील

खूप लोकांनी माझ्याबरोबर तब्बल दोन महिने काम केलं. त्यांच्याबरोबर होणाऱ्या फोनवरील बोलण्यात मी सर्वांना थोडे इकडचे-तिकडचे प्रश्नही विचारत असे. तसेच ई-मेलवर दिल्या गेलेल्या जाहीर माहितीवर थोडी टिप्पणी करत असे. कंपनीच्या सर्व बारीकसारीक गोष्टींची मला माहिती आहे, हे दाखवण्यासाठी तसेच सहकाऱ्यांबरोबरचे आपले चांगले संबंध टिकवून ठेवण्यासाठी मी टीमच्या सर्व कार्यक्रमांना, ऑफिसबाहेर घेतल्या जाणाऱ्या मीटिंगना तसेच मुख्य ऑफिसमधील महत्त्वाच्या मीटिंगना हजर राहत असे.

१०) स्थानिक सेवक बना

एकदा का तुमच्या सध्याच्या मॅनेजरकडून तुम्हाला तुमच्या स्वतःच्या गावातून ऑफिसचं काम करण्याची परवानगी मिळाली की, पुढे येणाऱ्या मॅनेजरनं ती रद्द करू नये यासाठी तुम्ही काळजी घेतली पाहिजे. तुम्ही आपल्या स्वतःच्या गावा/शहरातून काम केल्यानं कंपनीला काही फायदा होणार आहे, असं कंपनीच्या वरिष्ठ अधिकाऱ्यांना वाटलं तर हे शक्य होतं. मी आपल्या कंपनीत आपल्या प्रदेशाच्या जबाबदाऱ्या नीट पार पाडणारा ऑफिसर म्हणून काम करावं की काय, असा विचार करू लागलो. पण माझ्या ज्या मित्रांनी या प्रकारचं काम केलं होतं त्यांच्याशी सल्लामसलत केल्यावर माझ्या लक्षात आलं की, स्वतःच्या शहरात जाण्यासाठी आपण आपल्या पगारात कपात पत्करली तरी हा उपाय कायमचा उपाय नाही. प्रादेशिक क्षेत्रातील अशा प्रकारचं काम, नोकरीला नुकतीच सुरुवात केली आहे अशा तरुणांसाठी ठीक आहे. पण त्यातीलही बहुतेक जण दोन ते तीन वर्षात या कामात तरबेज होऊन जातात आणि मग ते त्याहून मोठ्या जबाबदारीचं काम आपणहून मागून घेतात. शिवाय तुमचा मॅनेजर खरंच खूप परिपक्व असेल तरच त्याला

तुमच्यासारख्या खूप सीनियर सहकाऱ्यानं त्याच्या हाताखाली काम केलेलं चालतं; अन्यथा त्याला खूप अवघडल्यासारखं वाटतं. बऱ्याच कस्टमरना आणि पार्टनरना दर दोन ते तीन वर्षांनी एखादा नवा चेहरा पाहायला आवडतो. त्यामुळे त्यांना आधीचे बिघडलेले किंवा ताणलेले संबंध सुधारता येतात. सगळ्यांनाच आपण ठरवलेली ध्येयं, टार्गेट गाठायची घाई असलेल्या या युगात एकमेकांबरोबर संघर्ष होणं, बेबनाव होणं अटळ आहे.

कालांतरानं माझ्या लक्षात आलं की, आपल्या प्रदेशात होणाऱ्या कंपनी बिझनेसच्या जबाबदाऱ्या आपण स्वतः न घेणं जास्त चांगलं आहे. त्याऐवजी देशांतर्गत होणाऱ्या व्यवहाराच्या जबाबदाऱ्या घ्याव्यात. आपल्या राज्यात कुणी एखादी मोठी जबाबदारी उचलत असेल तर आपण त्याला मदत करावी. एचआरच्या भाषेत माझ्या या कामाला वैध करण्यासाठी मी माझ्या अंगावर एक जबाबदारी घेतली. ती म्हणजे केरळचं वातावरण मायक्रोसॉफ्टला अनुकूल व्हावं, यासाठी आपणहून आपला वेळ खर्ची घालणं. माझ्या या कामासाठी वरिष्ठांची अनुमती मिळवणं सोपं होतं. कारण त्या वेळी माझ्या केरळ राज्यात मायक्रोसॉफ्टला तितकीशी पसंती दिली जात नाही, हे सगळ्यांना माहीत होतं. आमच्या काही महत्त्वाच्या ग्राहकांना एक्झिक्युटिव्ह स्पॉन्सर (खासगी सल्लागार) या नात्याने आपल्या नैपुण्यावर आधारित सल्ला देऊन मी केरळच्या उद्योगसमूहाबरोबर आमचा चांगला संबंध निर्माण व्हावा, यासाठी प्रयत्न करू लागलो.

केरळमधील बरेच जुने व मोठे उद्योजक माझ्याप्रमाणेच सकाळच्या विमानानं बाहेरगावी जात. त्यामुळे एअरपोर्ट लाउंजमध्ये किंवा विमानात आमची हमखास गाठ पडे. त्यांच्याबरोबर बोलण्याची ही फार छान संधी असे. मी

आमच्या मार्केटिंग टीमच्या वतीनं आमच्या शहरात सीइओंच्या राउंडटेबल मीटिंग घेण्यासाठीही मदत करी. शिवाय आमच्या स्थानिक कॉन्फरन्समध्ये बोलण्यासाठी आमच्या मुख्य ऑफिसमधील कुणी येऊ शकलं नाही तर इथली मार्केटिंग टीम मलाच वक्ता म्हणून बोलवी. ते काम मीही मोठ्या आनंदानं करी. वेगवेगळ्या कॉन्फरन्समध्ये मी वक्ता असल्यानं माझी केरळ राज्याचं धोरण ठरवणाऱ्या केरळच्या राजकारणी लोकांशी व सरकारी अधिकाऱ्यांशी ओळखदेख व जवळीक निर्माण झाली. हे लोक माझ्या बरोबरीचे वक्ते तरी असत किंवा त्या त्या कार्यक्रमांचे संयोजक तरी. त्यांच्यातील कित्येकांची स्थिती इकडे आड आणि तिकडे विहीर अशी होती. एकीकडे त्यांना मायक्रोसॉफ्टसारख्या मोठ्या व सुविख्यात कार्पोरेशननी आपल्या कार्यक्षेत्रात केरळचा समावेश करावा, इथल्या युवकांना रोजगार मिळवून द्यावा, केरळलाही आपल्या शक्तिशाली तंत्रज्ञानाचा फायदा मिळवून द्यावा, असं वाटे. तर दुसरीकडे काही राजकारणी लोकांचा आपल्या राज्यात मायक्रोसॉफ्टच्या तंत्रज्ञानाचा उपयोग व्हावा, याला प्रखर विरोध होता. खरं तर केरळचा एक माणूस भारतातील मायक्रोसॉफ्टच्या वरिष्ठ अधिकाऱ्यांच्या खूप जवळ आहे आणि तो केरळमध्येच राहतोय, याचं त्यांना सुखद आश्चर्य वाटे. त्यांना वाटे की, केरळचे राजकारणी लोक आणि मायक्रोसॉफ्ट ऑफिस या दोन पक्षांमधील सेतू बनून त्यांचे संबंध सुधारण्यासाठी मी सक्रिय हालचाल करावी.

मी मायक्रोसॉफ्ट इंडियाचे चेअरमन भास्कर प्रामाणिक आणि मुख्यमंत्री ओमन चंडी यांच्या ऑफिसमधील लोकांबरोबर काम करून, दोन्ही पक्षांना सोईस्कर असं एखादं काम दोघांना मिळून करता येईल का, याचा शोध घेत असे. भास्करनं मला केरळ राज्याचा राजदूत असल्याचा दर्जा

दिला. याचा अर्थ असा होता की, केरळमधील त्याच्या प्रत्येक मीटिंगला मी त्याच्याबरोबर जाई. त्यानं स्वतःसाठीही केरळ हे अग्रक्रमाचं राज्य मानलं. मला मायक्रोसॉफ्टच्या वेगवेगळ्या डिव्हिजन्सबरोबर काम करून कंपनीचं केरळसंबंधित धोरण ठरवावं लागे. वर्षभराच्या सामाईक प्रयत्नांनंतर एकदाची दिल्लीच्या केरळ भवनमध्ये केरळचे मुख्यमंत्री, वरिष्ठ कॅबिनेट मंत्री, भास्कर व मायक्रोसॉफ्टच्या वेगवेगळ्या डिव्हिजनच्या प्रमुखांची दोन्ही पक्षांनी करायच्या कामांची योजना ठरवण्यासाठी मीटिंग झाली.

आपल्या राज्याचा राजदूत म्हणून काम करण्यातील सगळ्यात चांगली गोष्ट ही असते की, तुमच्या या कामातील यशापयशाचा तुमच्या कंपनीतील कामावर परिणाम होत नाही. कंपनीतील पगार देणारं तुमचं खरं काम वेगळंच असल्यानं राजदूत म्हणून तुम्ही केलेल्या कामावर तुमचा पगार वा बोनस अवलंबून नाही, हे दोन्ही पक्षांना माहीत असतं. त्यामुळे तुम्हाला दोन्हीकडे चांगली वागणूक मिळते व अंतिम परिणामासाठी तुम्हाला कुणीही जबाबदार धरत नाही. पण माझ्या दृष्टीने या कामाचा सगळ्यात मोठा फायदा हा होता की, मला, माझ्या देवाजीच्या ऑफिसमधूनच काम करू देणं हे कंपनीच्या हिताचं आहे, असं मायक्रोसॉफ्टच्या वरिष्ठ अधिकाऱ्यांना वाटू लागणं. केरळ सरकार व मायक्रोसॉफ्टच्या वरिष्ठ अधिकाऱ्यांना एकत्र आणण्याचं काम मी ज्या आस्थेनं करत होतो, त्याबद्दल दोन्ही पक्षांना आदर होता. केरळचे सरकारी धोरण ठरवणारे लोक व उद्योजक यांच्यात मी जे चांगले हितसंबंध निर्माण केले, त्यांची मदत मला मायक्रोसॉफ्ट सोडल्यानंतरही झाली. मी जेव्हा फणसासाठी एक संघटित बाजारपेठ निर्माण करण्याबद्दल विचार करत होतो, तेव्हा या सगळ्यांनी पुढे येऊन मला प्रोत्साहन दिलं, सल्ला दिला व माझी ही कल्पना त्यांनी वेगवेगळ्या सभांमध्ये उचलून धरली;

तिला आपला पाठिंबा आहे, असं जाहीर केलं.

मला लहान तळ्यातील लहान माशाचं शांत, संथ, एकांत आयुष्य आवडत असल्यानं मी स्थानीय प्रसारमाध्यमांना कटाक्षानं टाळलं. नोकरीच्या अगदी शेवटच्या वर्षात 'धनम' नावाच्या एका स्थानीय औद्योगिक मासिकाला, एक शेतकरी असलेला मायक्रोसॉफ्टचा माणूस त्यांच्या कार्यकक्षेत काम करत आहे याचा वास लागला. परदेशी जाऊन काम करणाऱ्या तंत्रज्ञांनी आपापल्या स्वतःच्या शहरात जाऊन ऑफिसचं काम करावं, या कल्पनेचा आपण हिरिरीनं पुरस्कार करावा, हे मी ठरवलेलंच असल्यानं, मी त्या मासिकाला एक मुलाखत देण्याचं मान्य केलं. धनमनं ती कव्हरस्टोरी मुख्य लेख म्हणून प्रसिद्ध केली. इकॉनॉमिक्स टाइम्सनंही माझ्या अनुभवांना कव्हर स्टोरीचं रूप दिलं. त्यानंतर माझं गुपित जगजाहीर झालं. मग मी अतिथिलेखक म्हणून वेगवेगळ्या मासिकांमध्ये व वर्तमानपत्रांमध्ये लेख लिहू लागलो. 'जॅकफ्रूट ३६५' हा माझा स्वतःचा उद्योग सुरू केल्यानंतर भारतात फणस सगळ्यांना आवडत असल्यानं मी सर्वत्र प्रसिद्ध झालो. एक उद्योजक म्हणून प्रसारमाध्यमांबद्दल माझा सल्ला आहे की, तुम्हाला व तुमच्या कंपनीला त्यांची मदत होत असेल तर तुम्ही त्यांचा उपयोग सुज्ञपणे करा. पण त्यांना हाताळणं कधी कधी अवघड होतं, त्यामुळे कंपनीच्या एचआर म्हणजेच मानवसंसाधन विभाग व आपल्या डिपार्टमेन्टची परवानगी घेऊनच तुम्ही प्रसारमाध्यमांचा उपयोग करा.

११) भवितव्य सुरक्षित करण्यासाठी नवीन उद्योगधंद्यांना आधार द्या

एकदा मला नासकॉमच्या अधिकाऱ्यांसह तिरुवनंतपुरमच्या एका मीटिंगला जायला सांगण्यात आलं होतं. तिथं मला

केरळच्या वेगवेगळ्या भागांत राहणाऱ्या आणि इंजिनिअरिंगच्या शेवटच्या वर्षाला असलेल्या आठशे विद्यार्थ्यांना भेटायची संधी मिळाली. त्यांच्याशी झालेल्या चर्चेत त्या वेळचे नासकॉमचे चेअरमन राजेंद्र पवार यांनी विद्यार्थ्यांना विचारलं की, तुमच्यातील किती जणांनी केरळमध्ये राहून काम करायचं ठरवलं आहे आणि किती जणांनी केरळबाहेर जाऊन. त्यांच्या उत्तरावरून दिसून आलं की, सत्तर टक्के विद्यार्थ्यांना केरळबाहेर जाऊन काम करायची इच्छा होती, तर तीस टक्के विद्यार्थ्यांना आपल्या राज्यात राहून काम करायची इच्छा होती. नंतर पवारांनी मुख्यमंत्री व इतर सहकारी अधिकाऱ्यांबरोबर झालेल्या चर्चेत आपलं मत व्यक्त केलं की, राज्याच्या दीर्घकालीन आरोग्यासाठी, हितासाठी ही टक्केवारी उलट होणं आवश्यक आहे; अन्यथा राज्यात काम करण्यासाठी तरुण मुलं मिळणं दुरापास्त होईल. या स्थितीबद्दल आम्ही आणखी तपशीलवार विचार केला तेव्हा आम्हाला आढळलं की, बहुतेक विद्यार्थ्यांना केरळमध्ये आपल्याला योग्य त्या नोकऱ्या मिळतील असा विश्वास नव्हता. हा विश्वास प्रमुख उद्योजकांनी केरळमध्ये गुंतवणूक केल्यासच येणार होता. प्रमुख उद्योजकांनी केरळमध्ये आपल्या उद्योगधंद्यासाठी गुंतवणूक केल्यास त्यांना दहा-पंधरा वर्षं बाहेर राहून कामाचा अनुभव मिळवलेल्या आणि आपल्या राज्यात नोकरीसाठी परत येऊ इच्छिणाऱ्या बऱ्याच मिडल-लेव्हल मॅनेजरची गरज भासेल. असा प्रत्येक मिडल लेव्हल मॅनेजर, नुकतंच शिक्षण संपवलेल्या दहा ग्रॅज्युएट्सना कामावर घेऊन त्यांना योग्य ते प्रशिक्षण देऊ शकेल. या प्रक्रियेतील पहिलं पाऊल म्हणून केरळनं 'देवाची स्वतःची भूमी' - गॉडस् ओन कंट्री' सारखी एखादी नवीन मोहीम सुरू करून केरळच्या मिडल लेव्हल मॅनेजरना आपल्या राज्यात परत येण्याचं आवाहन करावं, असं पवारांनी सुचवलं.

जिथं महानगरं नाहीत अशा कोणत्याही भारतीय राज्याला हे उदाहरण लागू पडतं. लहान शहरातील नुकत्याच पदवीधर झालेल्या विद्यार्थ्यांना आपल्या शहरात टिकवून ठेवण्याची सध्या खूप गरज आहे. या बाबतीत मिडल लेव्हल मॅनेजर फार महत्त्वाची भूमिका बजावू शकतात.

मिडल ते सीनियर लेव्हल मॅनेजरच्या गाठीशी औद्योगिक क्षेत्रात काम केल्याचा चांगला अनुभव असतो. त्यांचे महत्त्वाचे निर्णय घेणाऱ्या व्यक्तींशी व उद्योगधंद्यात पैसे गुंतवू शकणाऱ्या लोकांशी चांगले संबंध असतात. पण आपापल्या कुटुंबाच्या आर्थिक जबाबदाऱ्यांचं ओझं खांद्यावर असल्यानं त्यांना आपली सध्याची नोकरी सोडून एखाद्या नव्या कल्पनेबाबत प्रयोग करणं शक्य नसतं. त्यामुळे आपल्या देवाजीच्या ऑफिसात किंवा कंपनीच्या शहरातील ऑफिसात काम करता करता तुम्ही आपल्या शहरात नव्यानं सुरू होत असलेल्या उद्योगधंद्यांना सक्रिय पाठिंबा व प्रोत्साहन द्या. त्यांना आपल्यापरीनं आधार द्या. तुमच्या खेड्यात वा शहरात तुमच्या विशेष ज्ञानाशी संबंधित असा एखादा नवा उद्योगधंदा मूळ धरू पाहत असेल तर तेथील लोकांना आपला सल्ला द्या. औद्योगिक क्षेत्रातील आपल्या ओळखीच्या लोकांशी त्यांचा परिचय करून द्या. तुम्हाला जेव्हा त्यांच्या बिझनेसचं मॉडेल खूप चांगलं वाटेल, तेव्हा पुढे त्यांची भरभराट झाल्यास आपण आपली सध्याची नोकरी निर्धास्तपणे सोडून देऊन त्या उद्योगात काम करू शकू, व्यवस्थित पैसे मिळवू शकू या विचाराने 'एंजल इन्व्हेस्टर' म्हणून नवीन उद्योगाची काही टक्के मालकी आपल्याकडे ठेवून तुम्ही त्या उद्योगात आपली काही रक्कम गुंतवू शकता. दोन्ही पक्षांच्या दृष्टीनं हा फायदेशीर सौदा आहे. उद्योजकांची नवीन पिढी स्वतःच्या गावात राहून काम करण्याच्या तुमच्या इच्छेला सुरक्षित भविष्य देऊ शकेल.

त्यांनाही तुमच्या अनुभवाचा, तंत्रज्ञानाचा, कौशल्याचा व ओळखीपाळखींचा उपयोग होईल. त्यांचा नवीन उद्योगधंदा जोमानं वाढीस लागेल.

१२) सुरक्षितता महत्त्वाची... तुमची पत्नी तुमची सुरक्षा अधिकारी

तुम्ही खेडेगावात वा लहान शहरात राहत असाल तर तुम्हाला स्वतःलाच आपला संरक्षण अधिकारी व्हावं लागेल. अचानक एखादं संकट उद्भवलं तर तिथं तुम्हाला मदत मिळण्याची काही सोय असणार नाही आणि अशी काही व्यवस्था असली तरी तुम्हाला तत्काळ मदत मिळेल अशी आशा ठेवू नका. भारतातील खेड्यात वा लहान शहरात अपघातात मरण येण्यापेक्षा गर्दीत चेंगरून मरण्याची, साप चावल्यानं वा एखाद्या नैसर्गिक आपत्तीनं मरण्याची शक्यता जास्त असते. त्यामुळे इथं आपल्याला काही होणार नाही, अशा भाबड्या समजुतीत राहू नका. तुम्हाला वा तुमच्या पत्नीला ज्या गोष्टीत कमीत कमी धोका आहे, असं वाटेल, त्या गोष्टीचाच आपल्या जीवनात समावेश करा. उदाहरणार्थ, मला लहानपणापासून गर्दीच्या ठिकाणी विशेषतः धार्मिक स्थानातील गर्दीच्या ठिकाणी चेंगराचेंगरी होईल, अशी धाकधूक वाटत असते.

माझ्या बायकोला पाण्यातील खेळांची भीती आहे. त्यामुळे पायडल मारण्याची बोट सोडून दुसरी कोणतीही बोट घेतली की ती धास्तावलेली असते. तसंही भारतात सावधगिरीच्या सूचना कित्येकदा धाब्यावर बसवल्या जातात.

माझ्या बायकोला धार्मिक व सांस्कृतिक, दोन्ही प्रकारच्या उत्सवांना जायला आवडतं. या उत्सवांमध्ये जनसमुदायाची शक्ती व उत्साह शिगेला पोहोचलेला असतो. त्यामुळे त्यात

भाग घेतल्यास आपल्यालाही एक उच्च प्रतीचा आनंद मिळतो. आम्ही दोघंच अशा प्रकारच्या उत्सवांना गेलो असलो तर काळजीचं काही कारण नसतं. पण आमच्याबरोबर मुली असल्या की मात्र धोक्याचं प्रमाण बदलतं. या अडचणीवर आम्ही एक उपाय शोधलेला आहे. आम्ही मुख्य उत्सवाच्या आदल्या दिवशी उत्सवस्थळी जातो. उत्सवाच्या आदल्या संध्याकाळी चर्च, मंदिर वा उत्सवाचं, जत्रेचं मैदान नटून थटून छान तयार झालेलं असतं. शिवाय तिथं फारशी गर्दीही नसते. फोटो घेण्यासाठी ही सर्वोत्तम वेळ असते. गर्दीत चेंगरलं जाण्याची भीती नसल्यामुळे देवाची प्रार्थनाही मनापासून करता येते. तरीही तुम्हाला उत्सवप्रसंगीचा लोकांचा जल्लोष पहायचा असेल तर तुम्ही आरामशीरपणे घरात बसून त्याचा आनंद टीव्ही पाहत लुटू शकता. इंग्लंडमध्ये राहत असताना मी अमेरिकेतून कायॅक, एस्किमो लोकांची लहानशी होडी मागवली होती. तिथं मी ऑफिसच्या लंच अवरमध्ये किंवा शनिवार-रविवारी सकाळी थेम्स नदीत कायॅक वल्हवत असे. थेम्सवर सुंदर हंसांच्या व महागड्या हाउसबोटींच्या जोडीनं तरंगताना मला फार मजा यायची. एकदा पेरियार नदीत मी ती होडी वल्हवली. पण पेरियारला छोटे छोटे बंधारे व कुलपं घालून माणसाळवलेलं नाहीये. त्यामुळे पेरियारमध्ये ती कायॅक वल्हवणं निर्धोक नाही. तेव्हापासून ती कायॅक माळ्यावर पडलीय. सुनामीसारखं संकट उद्भवलं तरच काय ते तिला पाण्याचं दर्शन होईल.

घराच्या बाबतीत आणखी एक महत्त्वाची गोष्ट आहे, बिल्डिंगचा सिक्युरिटी स्टाफ. त्यांना कामावर घेताना त्यांची जी तपासणी करावी लागते, तीत पूर्ण लक्ष घाला. ते पूर्वी कुठं कुठं कामाला होते, त्यांचं तेथील रेकॉर्ड कसं होतं, याची कसून चौकशी करा आणि एकदा का त्यांना कामावर घेतलं

की, त्यांना आदरानं वागवा. तुम्ही कामासाठी बाहेरगावी गेलेले असताना तुमच्या कुटुंबाच्या संरक्षणाची ती पहिली फळी आहे. बिल्डिंगच्या सिक्युरिटी स्टाफला तुम्ही आदरपूर्वक वागवलंत तर ते लोक तुमच्याशी निष्ठेनं वागतील. ते तुमचं संरक्षण स्वतःच्या घरच्या लोकांप्रमाणे डोळ्यांत तेल घालून करतील. आमच्या अपार्टमेन्टमध्ये अचानक पुराचं पाणी घुसलं, तेव्हा आमच्या सिक्युरिटी स्टाफची व इतरांची निष्ठा कसास लागली होती.

एका शनिवारी सकाळी मी जागा होऊन पाहतो तर काय पेरियार नदी मातकट झालेली. ती नेहमीच्या लेव्हलच्या वर वाहत होती. अर्थात काही आठवड्यांपूर्वी ती ज्या उंचीला पोचली होती, त्या मानानं त्या दिवशीची नदीची लेव्हल कमी होती. प्रवाहाला खूप वेग असल्यानं प्रवाहाविरुद्ध पोहताना पाणकोंबडीच्या कुटुंबाची दमछाक होत होती. विशेषतः त्यांतील छोटी दोन पिल्लं फारच दमलेली होती. यावर उपाय म्हणून त्या पाणकोंबड्या किनाऱ्याच्या जवळून पोहत होत्या. आमचं अपार्टमेन्ट किनाऱ्यापासून फार लांब नाही. अपार्टमेन्टजवळच्या नदीच्या लहानशा डोहात त्यांना खूप मासे दिसले. हा डोह म्हणजे पक्षिस्नानासाठी आम्ही केलेल्या योजनेचा एक भाग होता. आमच्या योजनेला स्थानिक लोकांचा विरोध असला तरी हा डोह पक्ष्यांच्या व कासवांच्या दृष्टीनं एक स्वर्ग होता. काही खंडू पक्ष्यांनी व पाणकोंबड्यांनी तर त्याला आपलं घरच बनवून टाकलं होतं. पाणकोंबड्यांची मेजवानी पाहणं आणि आपल्या पिल्लांना त्या कसं सांभाळून नेत आहेत, हे पाहणं म्हणजे खरीच एक मोठी गंमत होती.

मी सोमवारी सकाळी सहा वाजता उठलो आणि सहज नदीकडे नजर टाकली आणि बाप रे! माझ्या डोळ्यांवर माझा विश्वासच बसेना. शिवमंदिर चक्क पाण्याखाली गेलं होतं.

जवळ नजर टाकली आणि माझ्या तोंडचं पाणीच पळालं. नदीचं पाणी आमच्या बिल्डिंगच्या कंपाउंड वॉलला येऊन भिडलं होतं आणि त्याची पातळी हळूहळू वाढायला लागली होती. ती आणखी दोन फूट वर चढली असती तर पाणी आमच्या बेसमेन्ट पार्किंग एरियाच्या जाळीच्या खिडक्यांपर्यंत पोहोचलं असतं. सात वाजेपर्यंत पाणी त्याच्यावर जाईल, असं दिसू लागलं होतं. त्याचाच अर्थ असा होता की, वेळीच काही केलं नाही तर आमचं बेसमेन्ट पुराच्या पाण्यात बुडून जाणार होतं. त्या खिडक्या बुजवून टाकायला किंवा पुरानं बेसमेन्टचं आणि आमचं कमीत कमी नुकसान करावं, याची काळजी घ्यायला आता माझ्याजवळ फक्त दोन तास उरले होते. बेसमेन्टमध्ये बऱ्याचशा मोटारगाड्या, एक पाणी शुद्ध करायचा यंत्रसंच, बरेचसे पंप आणि दोन लिफ्ट्स होत्या. ही बिल्डिंगचा सपोर्ट स्टाफ, देखरेख करणारा नोकर वर्ग, बिल्डर व जवळपासच्या दुकानदारांबरोबरच्या माझ्या संबंधाच्या परीक्षेची घडी होती. बेसमेन्टमधील जाळीच्या दहा खिडक्यांचा कडेकोट बंदोबस्त आम्ही सकाळी आठपर्यंत करू शकणार नाही, हे उघड होतं कारण एक तर आणखी एक तास प्लायवुडची दुकानं बंद असणार होती. शिवाय पाण्यात साप वळवळताहेत हे आम्हाला दिसत असल्यानं तितका वेळ पाण्यात उभं राहणं धोक्याचं होतं. आता पुरामुळे कमीत कमी नुकसान कसं होईल, हे पाहणं हेच काय ते आमच्या हातात होतं.

नशीब म्हणजे आमच्या बिल्डरनं आमच्या हाकेला लगेच ओ दिली. जवळच त्यांच्या आणखी एका बिल्डिंगचं काम चाललं होतं. तिथं काम करणाऱ्या लोकांना बिल्डरनं लगेच आमच्या मदतीसाठी पाठवून दिलं. त्यामुळे तासाभरात बेसमेन्टमध्ये तातडीच्या हालचाली सुरू झाल्या. तेथील सर्व गाड्या आम्ही लवकरच सुरक्षित जागी हलवू शकलो. पाण्याचे

पंप काढून टाकण्यापूर्वी वरच्या सर्व टाक्या पाण्यानं भरून ठेवू शकलो. सर्व लिफ्ट दहाव्या मजल्यावर नेऊन ठेवून आम्ही बेसमेन्टला आणि लिफ्टना होणारा वीजपुरवठा बंद करून टाकला. आमच्या बेसमेन्टचा आकार फुटबॉलच्या मैदानाच्या अर्ध्या आकाराचा आहे. सकाळी नऊ वाजता जाळीच्या खिडक्या तोडून पुराचं पाणी बेदरकारपणे बेसमेन्टमध्ये घुसलं. बेसमेन्टमध्ये सात फूट उंचीपर्यंत पाणी साठलं. हे सर्व घडत होतं तेव्हा मी घरी मुलींबरोबर एकटा होतो. आमचा फ्लॅट दहाव्या मजल्यावर असल्यानं मला लिफ्टशिवाय दहा मजले चढउतार करावे लागले. पाण्याची पातळी वाढतच होती. शिवाय आणखी काही धरणांमध्ये अडवलेलं पाणी नदीत सोडलं जाईल, अशी वदंता होती. त्यामुळे अजूनही बरंच काम करावं लागणार होतं. पण सुदैवानं संध्याकाळपर्यंत परिस्थिती आटोक्यात आली. विजेचा व पाण्याचा पुरवठा बंद पडला नाही. फोन लाइन्स चालू राहिल्या. दुसऱ्या दिवशी सकाळी एका बाजूच्या लिफ्टही सुरू करण्यात आल्या.

आमच्या कर्तव्यनिष्ठ व कार्यतत्पर स्टाफच्या मदतीनं बिल्डिंगमधील सगळ्यांना सुखरूप ठेवण्याचं तसंच बिल्डिंगचं मोठं नुकसान टाळण्याचं काम आम्ही करू शकलो. साठ वर्षांतून एकदा उद्भवू शकणाऱ्या पुराच्या मोठ्या संकटातून आम्ही सुखरूप पार झालो.

१३) मुलं - स्वदेशाशी बांधिलकी पण जागतिक स्पर्धेसाठी तयार

आधुनिक सुखसमृद्धीनं तुडुंब भरलेला परदेश सोडून आपल्या मायदेशी, भारतात परत येण्याचा आपला विचित्र अट्टाहास पूर्ण करताना आपण आपल्या मुलांच्या भविष्याचा तर बळी देत नाहीये ना, ही शंका आपलं काळीज कुरतडत

असते. घरी परतताना आपण घड्याळाचे काटे मागे फिरवत असतो. विकसित जगाच्या किती तरी दशक मागे असलेल्या प्रदेशाकडे जात असतो. मनात शंका असते की, आपल्या लहानपणच्या वातावरणात जाण्याच्या आपल्या स्वार्थी इच्छेपोटी आपण आपल्या मुलांचा शहरात, हुशार मुलांच्या स्पर्धेत वाढण्याचा हक्क तर हिरावून घेत नाही आहोत? शहरात गेल्यावर आपली गुणवत्ता सिद्ध करण्यासाठी काय काय करावं लागतं, काय काय सहन करावं लागतं ते फक्त खेडेगावच्या मुलांनाच माहीत असतं. थ्री एममध्ये माझ्या सहकाऱ्यांबरोबर काम करताना मी फारच अवघडलेला असायचो. ते सर्व इंग्रजी 'बोलणाऱ्या' शाळेत मोठे झालेले होते आणि मी इंग्रजी 'लिहिणाऱ्या' शाळेत मोठा झालो होतो. वयाच्या छत्तिसाव्या वर्षी मला इंग्लंडमध्ये इंग्रजी उच्चारांचं शास्त्रशुद्ध शिक्षण घ्यावं लागलं आणि तेव्हा कुठं मला कळलं की, मी व्ही आणि डब्ल्यूचा उच्चार चुकीचा करत होतो. मी जेव्हा 'आय कान्ट' म्हणायचो तेव्हा लोकांना 'आय कॅन' असं ऐकू यायचं. या गोष्टीमुळे मी कित्येकदा अडचणीत सापडलो होतो. आपल्या पालकांसमोर दुसरा कोणताच पर्याय उपलब्ध नसल्यानं आपण एका विशिष्ट पद्धतीनं वाढलो होतो. आता आपल्यासमोर आपल्या मुलांना वेगळ्या आणि अधिक चांगल्या पद्धतीनं मोठं करण्याची संधी असते. असं असताना आपण आपल्या मुलांना परत त्याच अडचणींना, अपमानांना, शिक्षणपद्धतीतील फरकांना सामोरं जायला लावणार आहोत का, एक मन चुकचुकत विचारत असतं. हे आयुष्य निवडावं का ते? मन दोलायमान असतं. निर्णय घेणं फार कठीण असतं. एकीकडे ज्ञानाच्या आसक्तीमुळे आपल्या मुलांना सर्व प्रकारचे फायदे मिळणार असतात. त्यांना मंद व सुरक्षित गतीने चालणाऱ्या हत्तीची सवारी करायला मिळणार असते

आणि ते त्यांच्या हिताचं आहे, हे आपल्याला पटलेलं असतं. दुसरीकडे ते आपल्याबरोबर चित्त्यावरचीच सवारी करत राहिले तर त्यांनी चित्त्याला माणसाळलेलं असेल, पण भारतीचं म्हणजेच ज्ञानाचं फारच थोडं वातावरण त्यांनी अनुभवलेलं असेल. या मुद्द्यावर मी आणि माझ्या बायकोनं खूप साधक-बाधक विचार केला. आपल्या लहान शहरातील एकुलत्या एका इंटरनॅशनल स्टँडर्डच्या शाळेत मुलींना घातल्यास त्याचे काय फायदेतोटे होतील, यावरही खूप विचार केला. शेवटी या निर्णयाप्रत आलो की, आपण त्यांना आपल्या प्रदेशाशी घट्ट जोडावं, पण जागतिक स्पर्धेत टिकण्यासाठी त्यांची जय्यत तयारीही करून द्यावी.

बोली भाषा : आम्ही परदेशात राहत असताना आपल्या मुलींनी आपली भाषा शिकावी यासाठी आम्ही घरी नेहमी आमच्या मातृभाषेत, मल्याळीतच बोलायचो. आपल्या शाळेत व मित्रमैत्रिणींबरोबर बोलताना त्यांनी इंग्रजीही चांगली अवगत केली. केरळमध्ये परत आल्यावर आम्ही आमचं भाषिक धोरण बदललं. आता आम्ही घरी इंग्रजी बोलतो आणि त्या आपल्या शाळेत व मित्रमैत्रिणींबरोबर बोलून अस्खलित मल्याळी शिकल्या आहेत. आमची भारतात जन्मलेली सर्वांत धाकटी मुलगीही छान इंग्लिश बोलते. इंग्लिशचे उच्चार ती आपल्या आईकडून शिकली आहे. माझी बायको म्हणजेच तिची आई अर्थातच 'व्ही' आणि 'डब्ल्यू' चा उच्चार एकदम बरोबर करते. हे घरी इंग्रजी बोलण्याचं प्रकरण आम्ही जरा जास्तच गंभीरतेने घेत होतो, असं दिसतं. एकदा एका शाळेचे प्रिन्सिपॉल व धर्मगुरू असलेले आमचे एक नातलग आम्हाला भेटायला आले होते. माझ्या मुलींबरोबर थोडा वेळ खेळल्यावर त्यांनी आम्हाला विचारलं, 'तुमची मधली मुलगी कोणत्या शाळेत जाते? तिला शंभरपर्यंत आकडेही मोजता येत नाहीयेत!'

मला आश्चर्यच वाटलं, कारण तिला शंभरच नाही तर शंभरनंतरचेही आकडे नीट मोजता येत होते. मग माझ्या लक्षात आलं की, त्यांनी तिला एक प्रश्न विचारला होता आणि तिनं त्याचं उत्तर मल्याळीतच द्यायचं होतं. तिला मल्याळी तितकीशी नीट येत नसल्यानं तिनं त्यांच्या प्रश्नाचं उत्तर दिलं नव्हतं. मी तोच प्रश्न तिला विचारल्यावर तिनं त्याचं इंग्रजीत उत्तर दिलं. त्यानंतर आमच्या नातलगानं आम्हाला समजावून सांगितलं की, मुलींना इथल्या दुकानात जाऊन काही विकत घ्यायचं असेल तर त्यांना मल्याळीमध्येही आकडे मोजता यायला हवेत. सांगायला नको की आम्ही आमची ही चूक लगेच सुधारली.

खाण्यापिण्याच्या पद्धती : घरी बहुतेकदा आम्ही आपले पारंपरिक पदार्थ खातो. इथल्या लोकांप्रमाणेच हाताचा उपयोग करून जेवतो. पण आम्ही अधूनमधून मुद्दाम पाश्चात्त्य खाद्य पदार्थही बनवतो. त्यामुळे सुरी-काट्यांचा उपयोग करून पदार्थ कसे खायचे, हे मुलींच्या लक्षात राहतं. शिवाय बाहेर खायला गेल्यावर आम्ही साधारणपणे मुलींच्या आवडीचे खाद्यपदार्थ मागवतो. पण भारतातील दूरदूरच्या भागांमध्ये प्रवास करताना तिथं मिळणारी पारंपरिक थाळीही आमच्या मुली तितक्याच सहजपणे खाऊ शकतील, याची आम्ही काळजी घेतो.

आंतरराष्ट्रीय वातावरण देणं : आमच्या मुलींना भारतातील तसेच भारताबाहेरील मुलांशी व लोकांशी सहजगत्या संवाद साधता येईल अशा हेतूनं आम्ही त्यांना सुट्टीमध्ये वेगवेगळ्या ठिकाणी नेता येईल, असं नियोजन करतो. केरळची गणना जगातील पहिल्या दहा सर्वोत्कृष्ट पर्यटनस्थळांमध्ये होत असल्यानं ते भारतीय व परदेशी पर्यटकांनी नेहमीच गजबजलेलं असतं. आम्हालाही हेच पाहिजे असतं. मध्यम दर्जाच्या तंत्रज्ञांच्या

दृष्टीनं चैनीची समजली जाणारी पर्यटनस्थळं आमच्या घरापासून फार लांब नाहीत. आम्हाला बाकीच्यांसारखा प्रवासासाठी खूप खर्च करावा लागत नसल्यानं मोठ्या शहरातील वा परदेशात राहणारे लोक जितक्यांदा या ठिकाणी जात नसतील तितक्यांदा आम्ही तिथं राहायला जातो. कधी कधी आम्ही तिथं रात्रीचा मुक्कामही करत नाही. ज्या दिवशी जातो, त्याच रात्री घरी परत येतो. उदाहरणच द्यायचं झालं, तर कोचीचा सगळ्यात चांगला समुद्रकिनारा आमच्या घरापासून कारनं तीस मिनिटांच्या अंतरावर आहे. आम्ही तिथल्या एक-दोन रिसॉर्टबरोबर दिवसभर तिथं राहता येईल, अशा प्रकारची सोय करून ठेवली आहे. सकाळचा नाश्ता करून आम्ही घर सोडतो. रिसॉर्टमध्ये दाखल होतो. तिथं गेल्यावर कपडे बदलून थेट समुद्रावर जातो. यथेच्छ पोहून झाल्यावर रिसॉर्टला येऊन छानपैकी जेवतो, मग परत बीचवर जातो. संध्याकाळी परत रिसॉर्टवर येऊन छान ताजेतवाने होतो आणि मग घरी परत येतो. आम्हाला बीचवरील मस्त सुट्टी खूपच कमी किमतीत उपभोगता येते. हवामानाचा अंदाज घेऊन आम्ही कुठं जायचं ते ठरवतो. अशा रीतीनं आमच्या मुलींना वेगवेगळ्या ठिकाणी आंतरराष्ट्रीय वातावरण पाहायला आणि अनुभवायला मिळतं. मला खात्री आहे की, मियामीला बिकिनी घातलेल्या स्त्रियांना पाहून आमच्या मुली नक्कीच गालातल्या गालात हसणार नाहीत.

त्यांचा शहरातील मुलांशी संपर्क वाढावा, यासाठी जवळपासच्या बंगळूर किंवा चेन्नईसारख्या मोठ्या शहरातील व्यावसायिक, सुट्टीसाठी सहकुटुंब जिथं येतात, तिथं आम्हीही सुट्टीसाठी जातो. अशा ठिकाणी आम्ही आपल्या जुन्या मित्रांबरोबर सुट्टी घालवू शकतो आणि मुलंही मुलांमध्ये मिसळून जातात.

जेव्हा शहरातील लोक आपल्या गावी जातात तेव्हा आम्ही शहरात येतो : आम्ही खेडेवजा शहरात राहत असल्यानं मुलींना मोठ्या शहरात राहिल्याचा अनुभव मिळावा म्हणून मोठ्या सुट्ट्यांमध्ये आम्ही त्यांना घेऊन शहरात जातो. आम्ही बंगळूरमध्ये राहत असताना बीचवर किंवा जंगलातील रिसॉर्टमध्ये गेल्यावर मुलींचा जो उत्साह असे, तोच उत्साह त्यांना आता शहरातील प्राचीन इमारतींना भेट दिल्यावर किंवा मोठ्या शॉपिंग मॉलमध्ये गेल्यावर वाटतो. त्या त्या शहरात मीटिंगना गेल्यावर मी ज्या सर्व्हिस अपार्टमेन्टमध्ये राहतो, तिथंच आम्ही सुट्ट्यांसाठी गेल्यावर राहतो. ट्रिपमधील कार्यक्रमात काही बाधा येऊ नये, म्हणून मी ऑफिसच्या कामासाठी ज्या ड्रायव्हरबरोबर हिंडलो असेन, त्यांनाच मी सुट्ट्यांमध्ये आमच्या कुटुंबासाठी बोलावण्याचा प्रयत्न करतो. परदेशी असताना आम्ही जिथं राहिलो होतो तिथं चार वर्षांतून एकदा आम्ही मुलींना घेऊन जातो. अशा प्रकारे आम्हा भावंडांच्याही गाठीभेटी होतात आणि मुलींनाही बाहेरच्या जगाची हवा लागते.

जुन्या स्थानिक कॉन्व्हेन्ट शाळा : भाषा, शिष्टाचार, बाहेरच्या जगाशी पुरेशी ओळख करून देण्याच्या संधी याबद्दलचे आमचे विचार पक्के झाल्यावर आम्ही मुलींना जवळच्या जुन्या कॉन्व्हेन्ट शाळेत घालायचं ठरवलं. एक प्रख्यात शैक्षणिक संस्था ही शाळा चालवत होती. नैतिक मूल्यांची जपणूक व उत्तम शैक्षणिक दर्जासाठी ही शाळा येथील इंटरनॅशनल स्कूलपेक्षा जास्त प्रसिद्ध होती. आमच्या मुलींनी सर्व आर्थिक व सामाजिक स्तरातील मुलांबरोबर खेळीमेळीनं राहावं अशी आमची इच्छा होती. इंटरनॅशनल शाळा पालकांना ते आपलं गिऱ्हाईक असल्यासारखं वागवतात. ते तुमच्या वेळेचा आदर राखतात. तुमचं आयुष्य सोपं व्हावं यासाठी जास्तीचा प्रयत्न करतात; पण त्या शाळांमध्ये तुमची

मुलं सर्वसामान्य जगापासून दूर, उच्च स्तराच्या निवडक लोकांच्या समाजात राहतात. आपल्या मुलांना पुढे ज्या जगात राहायचं असतं, त्या जगाची तिथं तोंडओळखही होत नाही. जुन्या पारंपरिक शाळांच्या पालकांकडून खूप काही मागण्या, अपेक्षा असतात. भारतीय नोकरशाहीच्या कृपेनं माझ्या बायकोला सक्तीची सुट्टी घ्यायला लागली होती. त्यामुळे ती आपला बराच वेळ मुलींच्या शाळेसाठी देऊ शकली. तिनं कामाला सुरुवात केल्यावर तिची ही भूमिका मी करू लागलो. नामांकित शाळांमध्ये आपल्या पाल्यांना प्रवेश मिळाल्यावर बहुतेक पालक हुरळून जातात आणि शाळांनी काहीही सांगितलं, तरी हातातील सर्व कामं टाकून देऊन त्यांच्या मागण्या पूर्ण करतात. पण आमच्यासारखे बरेच पालक आपल्या कार्यसूचीचे, कामाचे गुलाम असल्यानं त्यांना हे करणं शक्य नसतं. परदेशातून भारतात आल्यावर आपल्या मुलांचं सर्व काही स्थिरस्थावर होऊन, त्यांच्या शाळांच्या मॅनेजमेन्ट व शिक्षकांबरोबर सलोख्याचे संबंध निर्माण होईपर्यंत दोघांपैकी एका पालकानं आपल्या कामाच्या धबडग्यातून थोडा वेळ बाजूला काढून ठेवावा व शाळांच्या कार्यक्रमांमध्ये सहभागी व्हावं, असा माझा पालकांना सल्ला आहे. भारतातील आमच्या सुरुवातीच्या वर्षांमध्ये माझी बायको शाळेची सक्रिय पालक होती. एवढी की तब्बल पंधरा वर्षांनंतर तिनं त्यांच्या एका नृत्याच्या कार्यक्रमात चक्क भाग घेतला.

आपल्या क्षेत्रातील तुम्ही कितीही मोठे अधिकारी असलात तरी लहान शहरात मुलांच्या शिक्षक-शिक्षिकांमध्ये किंवा अन्य पालकात वावरताना साधेपणानंच वावरा. माझा फणसाचा धंदा सुरू करण्यापूर्वी प्रिन्सिपॉलना सोडून बाकी कुणालाही माझ्या व्यावसायिक जीवनाबद्दल, दर्जाबद्दल काही माहीत नव्हतं. मायक्रोसॉफ्टचा स्थानिक राजदूत या नात्यानं मला

कित्येक शैक्षणिक संस्थांमध्ये मुख्य अतिथी वा मुख्य वक्ता म्हणून येण्याचं आमंत्रण मिळे. तेथील विद्यार्थ्यांना माझा परिचय करून देणारे प्रिन्सिपॉल माझ्या मुलींच्या शाळेत मुख्य अतिथी म्हणून येत. अशा वेळेस मुलींच्या शाळेत मला विशेष वागणूक न दिली जावी, म्हणून मी जाणूनबुजून मागे मागे राही; गर्दीत मिसळून जाई. मुख्य अतिथींशी आपला संबंध येऊ देत नसे. आपल्या मुलांनी इतर विद्यार्थ्यांबरोबर व शिक्षक-शिक्षिकांबरोबर मोकळेपणानं राहावं, वागावं यासाठी आपण लहान तळ्यातील लहान माशासारखं राहणं फार चांगलं. याचा अर्थ आपल्या मुलांच्या सुरक्षितपणाकडे दुर्लक्ष करावं, असा होत नाही. आपल्या मुलांनी कसं वागावं, कसं नाही याबद्दलच्या शिस्तीच्या सीमारेखा आखून, त्यांच्याकडून त्या नियमांचं पालन करून घ्यायलाच पाहिजे. तसंच विद्यार्थी व शाळेच्या हिताच्या दृष्टीनं काय करता येईल, याबद्दलच्या विधायक सूचना आपल्या मुलांच्या शिक्षक वर्गाला व शाळेच्या व्यवस्थापक मंडळाला देणं केव्हाही चांगलंच.

१४) सभोवतालच्या लोकांना मदत करण्याच्या कामात सहभागी व्हा

लहान शहरांमध्ये राहत असताना आपण एक फार चांगली गोष्ट करू शकतो. ती म्हणजे आपण आपलं ज्ञान आपल्या सभोवतालच्या लोकांना देऊ शकतो. त्यांना लहानसहान रकमेची मदत करण्यापेक्षा आपले अनुभव त्यांना सांगितले, तर त्यांना जास्त मदत मिळेल. आपण आपल्या अवतीभवतीच्या लोकांबद्दल आपुलकी, कळकळ दाखवली, तर पैसे खर्चूनही मिळणार नाही अशी मदत ते आपल्याला करतात. उदाहरणार्थ, मी माझ्या शेजारपाजारच्या मुलांना त्यांच्या करीअरबद्दल सल्ला देतो. त्यामुळे ज्या सरकारी अधिकाऱ्यांशी माझा नेहमी संबंध येतो, त्यांचं मत माझ्याबद्दल

अनुकूल झालेलं आहे. मतिमंद व मूकबधिर तसेच अपंग मुलांच्या अनाथालयात आम्ही आपला थोडा वेळ व पैसा देतो. मागच्या वेळेस आम्ही तिथं गेलो असताना, तिथून निघताना तेथील शाळाप्रमुखानं आम्हाला पाच मेडल्स दाखवली. काही महिन्यांपूर्वी ऑस्ट्रेलियामध्ये स्पेशल ऑलिम्पिक स्पर्धा झाली होती, तेव्हा या शाळेतील मुलांनी ती जिंकली होती. ऑलिम्पिक मेडल्स मी पहिल्यांदा लंडनला पाहिली होती. मायक्रोसॉफ्टच्या एका समारंभात चारदा ऑलिम्पिक स्वर्णपदक जिंकलेले सर मॅथ्यू पिनसेंट हे त्या समारंभाचे मुख्य अतिथी होते. त्यांच्या भाषणाचा सर्वांत रोमहर्षक क्षण त्यांनी दिमाखदार पेटीमधून आपली चार सुवर्णपदकं काढली तो होता. आम्हाला त्यांना स्पर्श करता यावा म्हणून त्यांनी ती पदकं हॉलमध्ये फिरवली. आमच्या मुलींना अनाथालयातील बऱ्याच मुलांची नावं माहीत आहेत. सणावारांसारख्या विशेष दिवशी त्यांना भेटीदाखल मिळालेले पैसे त्या या अनाथालयासाठी बाजूला काढून ठेवतात. माझी बायको डॉक्टर असल्यानं आजूबाजूच्या लोकांना आजारपणात मदत करते.

खेडेगावात दान केल्याचा फायदा हा होतो की, ज्याला आपण दान देतोय तो माणूस दानाला खरोखरच पात्र आहे की नाही, याची मी व्यक्तिशः चौकशी करू शकतो.

मला स्पष्टपणे आठवणारी गोष्ट आहे, मूथकरूंबनची बायको तंगा हिची. आमच्या कॉटेजजवळच ते राहतात. (हा एक छोटासा बंगला आहे.) घरी पाहुणे आलेले असले किंवा मुलींच्या शाळांना सुट्ट्या असल्या की मी या कॉटेजचा ऑफिस म्हणून उपयोग करतो. मूथकरूंबनचा मुलगा आमच्या बंगलीला रंग लावणं किंवा अशाच काही कामांमध्ये मला मदत करी. तंगा जवळपासच्या घरांमध्ये, त्यांच्या स्वयंपाकपाण्यात किंवा त्यांच्या शेतात कामं करून रोजंदारीने पैसे मिळवी. घरखर्चासाठी मदत

करी. मूथकरूंबनचं वय झालं होतं. बाहेर जाऊन काम करणं त्याच्यानं होत नसे. तो आपल्या दगडी विटांच्या घराभोवती असलेल्या भाजीपाल्याच्या बागेची मशागत करत असे.

एके दिवशी तंगाचा मुलगा मला म्हणाला, "साहेब, डॉक्टर म्हणताहेत की माझ्या आईला कॅन्सर झालाय आणि तो इतका वाढलाय की इलाजापलीकडे गेलाय. ते म्हणताहेत की, तुम्ही गरीब आहात. शिवाय ऑपरेशनला खूप उशीर झालाय. त्यामुळे ऑपरेशनवर पैसा खर्च करू नका." माझा आपल्या कानांवर विश्वासच बसेना. जिला मी गेलं वर्षभर एका घरातून दुसऱ्या घरात तुरुतुरु जाताना पाहत होतो, ती सुखी समाधानी बाई काही महिन्यांत पार दिसेनाशी होईल, यावर माझा विश्वासच बसेना. बरं, तंगा तशी निरोगी, तरतरीत दिसायची. त्यामुळे तिच्या बाबतीत प्रयत्न करायला डॉक्टर नको का म्हणताहेत, हेही मला कळेना. माझ्या बायकोनं तंगाचे मेडिकल रिपोर्ट पाहिले, तिला तपासलं, मग ती म्हणाली, "तिच्यावर वेळीच योग्य उपचार केले तर ती आणखी दहा वर्षं जगेलसं वाटतं." मग आम्ही मध्ये पडलो. तंगाच्या मुलाला त्याच्या आईवरचे डॉक्टरी उपचार सुरू करायला सांगितले. त्याचा खर्च आम्ही देऊ, असं आश्वासन दिलं, तेव्हा कुठं डॉक्टर तंगाला ट्रीटमेंट द्यायला तयार झाले. तंगाच्या ट्रीटमेंटसाठी हॉस्पिटलमधून जास्त जास्त पैशाच्या मागण्या येऊ लागल्या. मी नुकत्याच आमच्या जगभरातील सीइओंसाठी सिएॅटलमध्ये हॅन्स रोसलिंगनं घेतलेल्या सेशनला जाऊन आलो होतो. त्यानं खात्रीपूर्वक सांगितलं होतं, की वैद्यकीय चिकित्सेच्या व्यवस्थेबाबत केरळ, वॉशिंग्टन डी.सी.च्याही पुढे आहे. आणि मी इथं एका गरीब बाईला पाहत होतो. तिच्या कुटुंबाला तिचा औषधोपचार करणं शक्य नव्हतं. माझ्या आर्थिक नियोजनालाही तिच्या इलाजाचा

जबरदस्त फटका बसत होता.

नंतर इकडे-तिकडे चौकशी केल्यावर मला समजलं की, तंगाच्या इलाजासाठी तिच्या कुटुंबाला एक पैही खर्च करायची गरज नाहीये. त्यांना फक्त ते गरिबी रेषेखाली आहेत (बीपीएल) या अर्थाचं एक कार्ड करून घ्यायला पाहिजे होतं. एकदा का ते करून घेतलं की, तंगाच्या इलाजासाठी मी हॉस्पिटलला दिलेले सर्व पैसे हॉस्पिटलनं मला परत करायला पाहिजे होते. पण तंगाच्या जास्त चांगल्या इलाजासाठी त्यांना बाहेरून औषधं वगैरे आणायला लागली, या मुद्द्यावर हॉस्पिटलनं एकदा घेतलेले पैसे परत करायला नकार दिला. तरीही यापुढे मला एका पैशाचाही खर्च करायला न लागता तंगाचा इलाज होईल, या माहितीनं मला हायसं वाटलं.

अठरा महिन्यांनी तंगा परत आपल्या पायांवर उभी होती. आमच्या बंगलीच्या छोट्याशा किचन गार्डनमध्ये आम्हाला मदत करत होती. आठवड्यात दोनदा तरी आम्हाला तिचा सुखी समाधानी चेहरा पाहायला मिळे. ती एका मोठ्या ऑपरेशनमधून व कित्येक किमोथेरपींच्या चक्रातून बाहेर आली होती. त्यामुळे ती आता झिरझिरीत कातडीत गुंडाळलेलं हाडांचं मुटकुळं दिसायची, पण या अठरा महिन्यांत तिनं आपल्या मुलाचं लग्न पाहिलं, शिवाय तिला असीम आनंदाचा ठेवा असा नातूही मिळाला होता.

१५) मुलांना भोवतालच्या निसर्गापासूनही सतत शिकू द्या

आपल्या भोवतालच्या निसर्गाचा आणि वन्य जीवनाचा मुलांच्या मनावर खोलवर ठसा उमटत असतो. तो तुमच्यापासून किंवा शाळेत शिकलेल्या गोष्टींपेक्षा जास्त सखोल असतो. आमच्या मुली तर निसर्गाच्या कुशीतच वाढत आहेत. त्यांना पशुपक्ष्यांच्या विविध गोष्टी आपोआप पाहायला मिळतात. पक्ष्यांचं इकडून-तिकडून फुर्र फुर्र उडत घरटं बनवणं, आपल्या

पिलांना उडायला शिकवणं, त्यांच्यावर जीवघेणा हल्ला करू पाहणाऱ्या मोठ्या पक्ष्यांपासून त्यांचं रक्षण करणं, हे सर्व त्यांना सहज पाहायला मिळतं. अनेकरंगी खंडू पक्षी उडता उडता हवेतूनच नेम धरून पाण्यात सूर मारतो आणि माशाला पकडतो, तर मोरपंखी खंडू समाधी लागल्यासारखा झाडाच्या फांदीवर बसून मासा जवळ येण्याची वाट पाहतो. मासा जवळ आला रे आला की पाण्यात बुडी घेऊन तो त्याची शिकार साधतो. ऋतुमानाप्रमाणे वातावरणात घडणारे बदल, मॉन्सून सुरू होतानाची आकाशातील गडबड, प्रवासी पक्ष्यांचं आगमन सर्व काही मुलींच्या सहज पाहण्यात येतं. त्यांना मच्छीमारीचीही विविध तंत्रं दिसतात. काही मच्छीमार निसर्गाच्या शक्तींचा आपल्या फायद्यासाठी उपयोग करून घेऊन कमी कष्टांत जास्तीत जास्त मासे कसे पकडतात, हेही त्यांच्या नजरेस येतं.

मला वाटतं की, कुणाला एखादा मुद्दा समजावून सांगायचा असेल तर त्यासाठी त्यासारख्या निसर्गातील एखाद्या गोष्टीचं उदाहरण दिल्यास समोरच्या व्यक्तीला तो जास्त पटतो. यासाठी आमच्याच कुटुंबात घडलेल्या गोष्टीचं उदाहरण देता येईल. आम्ही इंग्लंडमध्ये असताना माझ्या मधल्या मुलीला एक वाईट सवय जडली होती. झालं असं की, ती लहान असताना तिला सांभाळायला ठेवलेली दाई, खाणं लवकर संपवून प्लेट देण्यासाठी तिच्या मागं लागे. दाईला लवकरात लवकर प्लेट धुऊन टीव्हीसमोर बसायचं असायचं. मग प्लेट लवकर रिकामी करण्यासाठी माझी मुलगी शेवटचे काही घास भराभर तोंडात कोंबायची आणि मग ते सावकाश खात राहायची. तिची ही सवय आमच्या लक्षात आल्यावर ती कशी वाईट आहे, हे सांगून ती मोडायची आम्ही प्रयत्न केले. पण कित्येक वर्षं तिची ती सवय तशीच राहिली.

आमच्या मालकीच्या जमिनीजवळून एक नदी वाहते. एका रविवारी मी नदीजवळ एक बागेतला बिनविषारी साप पाहिला. त्याच्या डोक्याजवळ एक फुगवटा आलेला होता आणि त्यामुळे त्याला काही हालचाल करता येत नव्हती. ही गोष्ट आमच्या ध्यानात आली. संडे चर्चच्या शाळेतून आमच्या मुली परत आल्या. त्या वेळेससुद्धा साप तसाच एका जागी पडलेला होता. हालचाल करण्यासाठी तो खूप प्रयत्न करत होता, पण त्याच्या प्रयत्नांना यश येत नव्हतं. या संकटातून सापाचा जीव वाचेल की नाही, याची आम्हाला काळजी लागली होती. शेवटी चार तासांनी तो कसा तरी पोहत नजरेआड झाला. मी माझ्या मुलीला समजावून सांगितलं की, चावता येईल त्यापेक्षा जास्त तोंडात कोंबलं की त्या सापासारखी अवस्था होते. त्या दिवसापासून तिची तोंडात जास्त अन्न कोंबायची सवय कायमची सुटली. आम्ही वर्षानुवर्षं उपदेश करून जी गोष्ट साधली नाही, ती एका उदाहरणानं चुटकीसरशी साध्य झाली.

१६) मुलांना फक्त लग्नसमारंभांनाच नाही तर अंत्येष्टी समारंभांनाही न्या

एकदा माझी इंग्लंडमधील हेअर ड्रेसर म्हणाली होती, 'परदेशातून नोकरीधंद्यासाठी इथं आलेल्या तुमच्यासारख्या लोकांनी तुमच्याहून खूप कमी आयुष्य असलेला एखादा तरी प्राणी पाळला पाहिजे. नाही तर तुम्हाला काही झालं तर काय करावं, हे तुमच्या मुलांना कळणारच नाही.'

अमेरिका आणि इंग्लंडमधील माझ्या नोकरीच्या काळात एक गोष्ट माझ्या ध्यानात आली होता ती ही, की त्या देशांमध्ये सगळ्यांना आपला हेअर ड्रेसर आवडतो; पण डेंटिस्टचा मात्र ते राग राग करतात. मला वाटतं प्रेम व द्वेषाच्या समीकरणात आपण कुणाशी मोकळेपणानं बोलू

शकतो, हे फार महत्त्वाचं आहे.

माझी हेअर ड्रेसर माझ्या आधीच्या गिऱ्हाइकाशी त्याच्या कुत्र्याबद्दल बोलत होती. माझी पाळी आल्यावर तिनं सहजच मला विचारलं, ''जेम्स, तू कोणता प्राणी पाळला आहेस?'' यावर माझं उत्तर होतं, ''मी कोणताही प्राणी पाळलेला नाही.'' ते ऐकून तिला खूप आश्चर्य वाटलं. ''तू नुकताच इथं रहायला आला आहेस. तुझ्याकडे एकही पाळीव प्राणी नाही?'' ''पाळीव प्राणी आणि परदेशातून कामधंद्यासाठी इथं आलेल्या वा स्थायिक झालेल्या माणसांचा काय संबंध आहे?'' मी तिला विचारलं. मग तिनं मला समजावून सांगितलं की, तुझ्यासारख्या परदेशी माणसाच्या मुलांना इथं फक्त त्यांच्या पालकांच्या वयाचे किंवा त्याहून कमी वयाचे लोकच माहीत असतात. त्यामुळे ते फक्त लग्न किंवा नामकरणासारख्या समारंभातच भाग घेतात. ते आपल्या स्वतःच्या देशात राहत असते तर त्यांना तितक्याच अंत्येष्टी समारंभांनाही जावं लागलं असतं. मग त्यांना मरण ही एक नैसर्गिक गोष्ट आहे, हे आपोआप समजलं असतं. मग तिनं मला एक गोल्डफिश, सोनेरी मासा पाळायचा सल्ला दिला. ती म्हणाली, ''अरे, सोनेरी माशाचं आयुष्य खूप कमी असतं. त्याला पाळणंही खूप सोपं असतं. सोनेरी मासा पाळून त्याचं जीवनचक्र कसं चालतं, हे तू मुलांना चांगलं समजावून देऊ शकशील.''

तिच्या बोलण्यावर विचार केल्यावर मला वाटलं की, तिच्या बोलण्यात तथ्य आहे. माझं लहानपण अशा वातावरणात गेलं होतं की, अंत्येष्टीच्या वेळेस म्हणायची गाणी मला तोंडपाठ होती. माझ्या स्वतःच्या गावी परत आल्यावर मी माझ्या लांबच्या नातेवाइकांच्या अंत्येष्टींनाही जाऊ लागलो. त्या वेळेस माझ्या मुलींनाही मी जाणीवपूर्वक नेऊ लागलो.

आम्हाला बरेच वयस्कर नातेवाईक आहेत. त्यामुळे आम्ही

जितक्या लग्न व नामकरण समारंभांना हजर असतो, तितक्याच अंत्येष्टी समारंभांनाही हजर असतो. सोनेरी माशाचं मरण पाहून जन्ममरणाचे अनुभव न घेता माणसाच्या जीवनाकडे पाहून मुलींनी जीवनाच्या वेगवेगळ्या अवस्था पाहिल्या, जाणल्या. माझ्या मामांना मी वडिलांच्या ठिकाणी मानतो. त्यांच्या घरी गेलं की, ते मुलींना बागेतील रसाळ फळं गोळा करून देत. एका वर्षाच्या आतच त्यांना अल्झायमर रोगानं घेरलं. इतकं की ते आता स्वतःच्या पायांनी नाही तर चाकाच्या खुर्चीवरूनच इकडेतिकडे फिरू शकत होते. म्हाताऱ्या माणसांना मरण येतं हे जीवनाचं सत्य मुलींनी आता सहजपणे स्वीकारलं आहे. माझ्या धाकट्या मुलीच्या तर या ज्ञानाच्या कक्षा इतक्या विस्तारल्या आहेत की, तिनं एकदा माझ्या एका काकांना चक्क विचारलंच की, 'तुम्ही कधी मरणार आहात आजोबा?' परत कधी तिनं असं बोलू नये, म्हणून आम्ही आता तिला आधीच बजावून ठेवत असतो.

ताजेतवाने व्हा

बहुतेक तंत्रज्ञ आपल्या ओहोटीस लागलेल्या शक्तीत परत उत्साह, नवजीवन संचारित करण्यासाठी ते कधीतरीच जाऊ शकणाऱ्या महागड्या सहलींवर अवलंबून राहतात. बहुतेक मानवसंसाधनविषयक सिद्धान्त काम व जीवन यांच्या संतुलनाबद्दल बोलतात. या सिद्धान्ताचा अर्थ आहे, कामात म्हणजे नोकरीधंद्यात प्रगती करण्यासाठी आपल्या व्यक्तिगत जीवनातील सुंदर व महत्त्वाच्या गोष्टींचा बळी न देणं तसंच जीवनातील सुंदर व महत्त्वाच्या गोष्टी नीट अनुभवण्यासाठी आपल्या कामाकडे पूर्ण दुर्लक्ष न करणं. देवाजीच्या ऑफिसात काम करताना मला काम व जीवन यांचं संतुलनच नाही तर

त्यांच्यात जुळलेल्या सुंदर सुराचा, समन्वयाचा प्रत्यय आला. इथं काम व जीवन त्यांच्या स्वाभाविक सुंदर लयीत स्पंदित होतात आणि त्यामुळे मला इतकी काही ऊर्जा मिळते की, ती त्या दोघांमुळे झालेल्या झिजेच्या बेरजेहून कित्येक पटींनी जास्त असते.

मी खेडेवजा शहरातून काम करतो, हे समजल्यावर मला कित्येकदा एक प्रश्न विचारला जायचा, 'सर, मोठ्या शहरातील गजबजलेल्या जीवनापासून दूर खेडेवजा शहरातून काम करताना काही काळानंतर तुम्हाला कंटाळा नाही आला?' यावर माझं उत्तर असे, 'नाही आला. मिळालेल्या वेळेचा उपयोग आपण शरीराला व मनाला सकारात्मक ऊर्जा, नवजीवन देणाऱ्या गोष्टींसाठी केला तर आपल्याला इथल्या संथ जीवनाचा नक्कीच कंटाळा येत नाही.' तर कंटाळा टाळण्यासाठीच नाही तर आपलं जीवन जास्त उत्साही, समृद्ध करण्यासाठी मी तुम्हाला पुढील काही गोष्टी सुचवीन.

१७) आपल्या मुलांसाठी एक शेत दत्तक घ्या व तिथं शेतकऱ्याचं जीवन जगा

'डॅड, आत्तापर्यंत खाल्लेल्या सगळ्या फणसांपेक्षा हा फणस जास्त छान आहे आणि तो कोणत्या झाडावरून काढलाय, हेही आपल्याला माहीत आहे. हो की नाही? आता असा गोड फणस आपण दर वर्षी खाऊ शकू. हुर्रे!,' हे बोल आहेत माझ्या मोठ्या मुलीचे.

आमच्या सर्वांत मोठ्या मुलीनं आमच्या शेतातून आलेला फणस नुकताच खाल्ला होता. तिच्या वरील उद्‌गारानं, आम्ही दोन वर्षं बंगळूरमध्ये राहत असताना कुठल्या तरी दुकानातून विकत आणून खाल्लेल्या फणसाची आणि इथंच पिकणाऱ्या फणसाची चव कशी वेगळी लागते, ते लक्षात येतं. मुलीचं उत्साही बोलणं व समज, तसेच नोकरीच्या

जगातील माझे अनुभव व लोकांबरोबरचं संभाषण यांच्यामुळे माझ्या मनानं कौल दिला की, आपण आपल्या मुलांसाठी जवळपासचं एखादं शेत दत्तक घेऊन म्हणजेच आपलं मानून तिथं काम करायला जायला पाहिजे. मी मायक्रोसॉफ्टमध्ये काम करत असताना माझ्या प्रमुख क्लायंटसाठी अभ्यासशाळा घेत असे, तेव्हा शेवरॉनचे सेवानिवृत्त चीफ टेक्नॉलॉजी ऑफिसर माझ्याबरोबर भारतभर प्रवास करत होते. त्या ट्रिपमध्ये ॲलन आणि त्याची बायको मेरी यांच्या पृथ्वीवरील वातावरणातील कार्बन-डाय-ऑक्साइड कमी करण्याच्या तीव्र इच्छेचा माझ्यावरही परिणाम झाला. त्यांनी आपल्या कुटुंबास आवश्यक असलेलं अन्नधान्य व भाजीपाला आपल्या कॅलिफोर्नियामधील बागेत पिकवायचा, असं ठरवलं होतं. दुसरं म्हणजे लास वेगासमध्ये राहणाऱ्या माझ्या भावानं मला एकदा 'मूलकाट वाइन्स' नामक मद्याची बाटली भेट म्हणून दिली होती. मूलकाट हे आमच्या कुटुंबाचं नाव, आडनाव आहे. वाइनच्या नावाबद्दल मी माझं कुतूहल प्रदर्शित केल्यावर त्यानं मला सांगितलं की, त्याचं कुटुंब आठवड्याच्या बऱ्याच सुट्ट्या मद्य तयार करणाऱ्या कारखान्यात घालवतं. तिथं त्यांनी आपल्या आवडीचं मद्य तयार केलेलं आहे. त्याचा एक नमुना त्यांनी मला दिलेला आहे. यावर मी म्हणालो, "तुम्ही सगळ्यांच्या वेळेची किंमत जमेस धरता मी आता सगळ्यात महाग मद्य पिणार आहे तर!" यावर माझा भाऊ पटकन म्हणाला, "अरे बाबा, त्या सुट्ट्यांमध्ये मुलांचं मन गुंतवून ठेवण्यासाठी मला याहूनही किती तरी जास्त पैसा खर्च करावा लागला असता. शिवाय आता माझ्या कुटुंबाला वाइन कशी तयार करण्यात येते, याची पूर्ण माहिती मिळालेली आहे."

मी आता अशा जागी राहत होतो, जिथल्या हवामानात

कोणतंही पीक निघू शकत होतं आणि तरीही मी आपल्याकडून पृथ्वीच्या वातावरणात पडणारी कार्बन डाय ऑक्साइडची भर कमी करण्यासाठी काहीही करत नव्हतो की मुलींच्या ताटात पडणारं अन्न कसं तयार होतं, हे त्यांना दाखवून देत नव्हतो. या सर्व गोष्टींचा विचार करून मी माझ्या घराजवळच्या शेताच्या शेतकऱ्याला त्याच्या शेतकामाला हातभार लावण्याची माझी इच्छा बोलून दाखवली. आता आम्ही पिकाच्या हंगामात तीन-चार वेळा त्याच्या शेतात जातो. त्याच्या शेतकामात सहभागी होतो आणि नैसर्गिक पद्धतीनं वाढणारं त्याचं अन्नधान्य खरेदी करतो.

शहरात काम करणाऱ्या नोकरदारांनी निदान त्यांच्या मुलांच्या वाढीच्या दिवसात, शहरापासून तास दीडतासाच्या अंतरावर असलेल्या एखाद्या शेताला आपलं मानून त्यात राबावं. आपण परदेशात असताना गवत कापायचं यंत्र आनंदानं चालवतोच. इथली शेतीची आधुनिक अवजारंही चालवायला तशीच सोपी आहेत. या आगळ्यावेगळ्या अनुभवाचा तुमच्या मुलांना फायदा होईल. शेतकऱ्याबरोबरच्या आपल्या या संबंधामुळे शेतकऱ्यालाही हुरूप येतो. शिवाय दलालाला मध्ये न घेता तुम्ही त्याच्याकडून त्याचं उत्पन्न विकत घेतलंत तर त्यालाही थोडे जास्त पैसे मिळतात. अशा रीतीनं शेतकरी व तुम्हाला, दोघांनाही तुमच्या शेतकामाच्या अनुभवाचा फायदा मिळतो.

१८) स्थानिक संस्कृतीचा स्वीकार करा.

सर्व धार्मिक कार्यक्रम आपल्याला त्या त्या स्थानाच्या सांस्कृतिक अनुभवांचा गाढ परिचय करून देतात, असं आम्हाला वाटतं. आमच्या या वृत्तीमुळे आम्हाला इतर धर्मांच्या समारंभांचाही आनंद लुटता येतो. त्यांच्याबद्दलही आम्हाला

आपुलकी, आदर वाटतो. काही धार्मिक समारंभ तर खरंच नेत्रदीपक असतात.

मला सर्व प्रकारच्या सांस्कृतिक व धार्मिक समारंभांचे फोटो घ्यायला आवडतं. त्यामुळे मी ॲलेप्पीची 'नेहरू ट्रॉफी बोट रेस' तसेच वैकोम शिव मंदिरात बारा वर्षांतून एकदा होणाऱ्या भव्य समारंभांवर फोटो फिचर्स केलेले आहेत. वैकोम शिव मंदिराच्या प्रांगणात चौसष्ट हात असलेल्या देवीची खूप मोठी आणि देवी खरी असल्याचा आभास निर्माण करणारी थ्री डायमेंशनल रांगोळी घालतात. तिला 'वेडाक्कुपुरथु पट्टु' म्हणतात. तिचा फोटो घेणं म्हणजे फोटोग्राफरच्या दृष्टीनं अलौकिक आनंद असतो. आलुव शिवरात्री मंदिराचा उत्सव महिनाभर चालतो. त्या वेळी शिव मंदिरात जाण्यासाठी तात्पुरता पूल बांधतात. तेव्हापासून ते उत्सव संपल्यावर तो पूल तोडून टाकतात तेव्हापर्यंतचे म्हणजेच या समारंभाचे साद्यंत फोटो मी काढलेले आहेत. आमच्या घराच्या जवळपास होणाऱ्या अशा भव्य दिव्य समारंभात भाग घेण्यासाठी मी माझ्या कार्यसूचीत आधीपासूनच खुणा करून ठेवतो. 'थ्रिसुरपुरम्' आणि 'चेट्टिकुलंगरा भरणि' समारंभात मला अजून भाग घ्यायचा आहे. तसा भाग घ्यायची मनात तीव्र इच्छा आहे.

मी आमच्या खेडेवजा शहरातील देवळांच्या उत्सवांना जातो. जमेल तेव्हा तिथं संध्याकाळी होणारे नृत्याचे, नाटकांचे कार्यक्रम पाहतो. वडाच्या झाडाखाली बसून कथकली ते मोहिनी अट्टमपर्यंतच्या आपल्या परंपरागत नृत्यांचे विविध कार्यक्रम पाहणं, माझ्या मुली जिथं नृत्य शिकतात त्या नृत्यशाळेचे अरंगेत्रम् (शिकाऊ नृत्यांगनांचा पहिला सार्वजनिक कार्यक्रम) पाहणं, यात एक अद्भुत सुख असतं. आमच्या जवळच्या देवळातील एक महत्त्वाचा उत्सव असतो अय्यप्पाविलाक्कु. हा उत्सव माझ्या एका मुलीच्या वाढदिवसाच्या

जवळपास असतो. त्या दिवशीच्या पायसम, खिरीच्या प्रसादाचा खर्च आम्ही देतो. घरी येताना मला मुलीच्या वाढदिवसाच्या जेवणासाठी भांडं भरून पायसम मिळतं. आमच्या सुट्टीचे बेत आम्ही अशा रीतीनं आखतो की, आम्हाला केरळ कलामंडलमचं आरंगेत्तम् किंवा तंजावरच्या संगीतनृत्य उत्सवाला जाता येईल.

देवाजीच्या ऑफिससाठी तुम्हाला चांगली जागा मिळाल्यावर त्याच्या आजूबाजूची निसर्गदेवता तुम्हाला सतत सकारात्मक ऊर्जा पुरवत राहील. फक्त तुमचा एसएलआर कॅमेरा आणि त्याचा तीन पायांचा स्टँड तयार ठेवा. मग तुमचे शहरी सहकारी त्यांच्या क्युबिकल्समध्ये बंद असताना किंवा रहदारीत अडकलेले असताना तुम्ही आरामात आपल्या कॅमेऱ्यानं निसर्गसौंदर्याचे मंतरलेले क्षण टिपत असाल. देवाजीच्या ऑफिसमधील या सर्व गोष्टींनी मला खूप ऊर्जा दिलेली आहे. काम व जीवन यांचा सुंदर मेळ कायम राहावा, यासाठी जास्तीत जास्त मेहनत करण्याची प्रेरणा दिली आहे. मला नेहमी वाटत आलं आहे की, आपल्या स्वतःच्या गावातून काम करायला मिळणं, ही मला मिळालेली विशेष सवलत आहे आणि तिला पात्र ठरण्यासाठी मला जास्त नाही; पण कंपनीच्या ऑफिसमध्ये असताना करायचो तेवढं तरी काम केलंच पाहिजे. ती माझी जबाबदारी आहे.

काळोखी बाजू

१९) आजूबाजूला टाळता येऊ शकणारे मृत्यू पाहण्याचं मनोधैर्य

भारतातील गरीब लोकांशी, त्यांच्या जीवनाशी समरस झालात तर तुम्हाला तुमच्या आजूबाजूला टाळता येऊ शकणारं

मरण वारंवार पाहावं लागतं. शहरात आपल्यावर ही पाळी क्वचितच येते. भारतात जगताना जीवनाची ही काळोखी बाजू मला पाहावी लागते. लहान गावात राहताना जीवनाची ही बाजू सहन करण्याचं मनोधैर्यही आपल्याला बाळगावं लागतं.

तंगा आणि तिच्या कुटुंबाला तंगाच्या कॅन्सरच्या मगरमिठीतून सोडवण्यासाठी आम्ही दोन अडीच वर्षं खटपट करत राहिलो. पण तिच्या दुसऱ्या ऑपरेशननंतर उद्भवलेल्या नवीन आजाराचा इलाज करण्यास तिच्या सर्जननं साफ नकार दिला. एक दिवस तंगा व मूथकरूंबनना मी गाडीनं मेडिकल कॉलेजला सोडायचं कबूल केलं होतं. खरं म्हणजे आम्हाला वाटलं होतं की, तंगाबद्दल काळजी करण्याचं आता काहीच कारण नाही. तिला राज्याकडून विम्याची रक्कम मिळाली होती. राज्याच्या लॉटरी योजनेतूनही तिला जास्तीचे पैसे मिळाले होते. अशा रीतीनं तिच्या इलाजाच्या पैशांची व्यवस्था झाली होती. शिवाय पहिल्या ऑपरेशननंतर ती चांगली बरी झाली होती. या सर्व कारणांमुळे मध्यंतरी आम्ही तिच्या दुखण्यात लक्ष घालणं बंद केलं होतं.

पण दुर्दैवानं तिच्या दुसऱ्या ऑपरेशननंतर डॉक्टरांनी तिचा औषधोपचार न करता, फक्त यातना कमी करण्यासाठी तिला गुंगीचं औषध देऊन मरणासन्न रोग्यांच्या वॉर्डमध्ये ठेवलं. तिच्याबाबत खरं काय घडलंय, याची कुणालाच काही कल्पना नव्हती. एक वदंता अशी आहे की, तिच्या मुलाच्या राजनैतिक मित्रांनी आपण गरिबांना किती मदत करू शकतो हे दाखवण्यासाठी एका वरिष्ठ राजकारणी माणसाला त्या सर्जनला फोन करायला लावला. असं सांगतात की, त्या राजकारण्यानं सर्जनला धमकावून सांगितलं की, तंगाकडे हेल्थ इन्शुरन्स आहे, त्यामुळे डॉक्टरनं तिला प्रायव्हेट रूम दिली नाही तर परिणाम वाईट होतील. पण त्याच्या या धमकीचा उलटाच परिणाम झाला. सर्जननं तिची

परत तपासणी करण्यास ठाम नकार दिला आणि तंगाची तब्येत बिघडत गेली. या बाबतीत मी तंगाचा मुलगा आणि त्याचे मित्र या दोघांनाही दोषी समजतो. दोन वर्षं आधी, आम्ही मध्ये पडण्यापूर्वी पैशाच्या अभावामुळे त्यांनी तंगाला तिच्या नशिबावर सोडलं होतं आणि आता पैसे मिळाल्यावर ते मुजोरीनं वागले होते. या बाबतीत सर्जनही तितकाच दोषपात्र आहे. मार्ग चुकलेल्या तरुणांच्या मुजोरीचा राग त्यानं असहाय पेशंटवर काढला होता.

झाल्या गोष्टीबद्दल काय करावं हे बिचाऱ्या मूथकरूंबनला कळत नव्हतं. त्यानं सर्जनविरुद्ध मानव अधिकार कमिशनकडे तक्रार दाखल करायला नकार दिला. त्याच्या दृष्टीनं डॉक्टर व नर्सेस देवासमान होते. या सगळ्या गोंधळात तंगानंही परत एकदा जीवघेण्या यातनाचक्रातून जाण्याऐवजी मरण पत्करलं. शेजारपाजारच्या सगळ्या लोकांनी तो नशिबाचाच कौल होता असं मानलं.

त्या दिवशी मी मुलींना उन्हाळ्याच्या सुट्टीतील क्लासला नेऊन सोडणं आणि परत आणणं यामधला वेळ मोकळा ठेवून तंगाला मेडिकल कॉलेजला नेणार होतो. पण दुर्दैवानं मी घरी पोहोचल्यावर मूथकरूंबन म्हणाला, 'साहेब, आपण आज नाही जाऊ शकत. कालच शेजारचा एक मुलगा मरण पावलाय.' तंगाच्या मुलाच्या वयाचा त्यांचा एक नातलग दोन गटांच्या मारामारीत मारला गेला होता. या तरुणावर बरेच गुन्हे दाखल होते. त्याला दिवसाढवळ्या सहा जणांच्या गटानं मरेस्तोवर मारलं होतं.

या प्रसंगानंतर बे एरियातील दोन लेखकांबरोबरच्या राउंड टेबल मीटिंगचं संचालन करण्यासाठी मी मुंबईला गेलो. त्या लेखकातील एकाची भेट मी अमेरिकेहून इंग्लंडमार्गे भारतपरतीचा प्रवास केला, त्याच्या आदल्या दिवशी झाली

होती. मोठ्या शहरांपासून दूर येऊन मला आता सहा महिने झाले होते. त्यानंतर पहिल्यांदाच मी मुंबईतील बिझनेस लीडर्सना भेटत होतो. माझ्या दृष्टीनं हा आनंदाचा दिवस होता. माझ्या नव्या अवतारावर व माझ्या काहीशा मजेशीर बिझनेस कार्डवर त्यांची काय प्रतिक्रिया होतेय, हे पाहायला मी उत्सुक होतो. हे कार्ड मी नुकतंच, आठवड्याच्या सुट्टीच्या दिवशी प्रिंट करून घेतलं होतं. माझ्या मायक्रोसॉफ्टच्या शानदार सर्कल ऑफ एक्सलन्स प्लॅटिनम क्लब बिझनेस कार्डचा निरोप घेणं मला फार जड गेलं होतं. ते रेडमंडमध्ये प्रिंट करून घेतलेलं खास कार्ड होतं. गेली चार वर्षं मी मोठ्या रुबाबानं ते बाळगत होतो. मीटिंग सुरू होऊन काहीच मिनिटं झाली होती. मला अचानक माझ्या गावाकडून फोन आला. तो तंगाच्या मुलाचा होता. मीटिंगचं संचालन मी स्वतः करत असल्यानं मी तो फोन घेऊ शकलो नाही. मीटिंगचं काम मी चालू ठेवलं; पण गावाकडे काही तरी वाईट घडलंय, हे मला लगेच जाणवलं.

तंगाला मेडिकल कॉलेजमध्ये घेऊन जायचा माझा प्रयत्न अयशस्वी झाल्यानंतर एक आठवड्यानं तिचं कसं काय आहे हे पाहायला मी गेलो होतो. डॉक्टरांकडे तिला नेणं थांबवल्यानं मी मूथकरूंबनवर खूप रागावलो होतो. त्याला जरा कडक शब्दांत जाणीव करून दिली होती, 'हे बघ मुथु, तिला लवकर मदत मिळवून दिलीस तर ती अजून दहा वर्षं तुझ्याबरोबर जगेल. नाही तर लवकरच तिला गमवावं लागेल तुला.' त्यानं दुसऱ्याच दिवशी तंगाला डॉक्टरकडे न्यायचं कबूल केलं होतं. त्याप्रमाणे तो तिला खरंच आधी मेडिकल कॉलेजमध्ये आणि नंतर दुसऱ्या एका डॉक्टरांकडे घेऊन गेला होता. त्यानंतर एकदा मी घरी जाण्याआधी त्याच्या घरासमोर थांबलो तेव्हा तिथं नेहमीपेक्षा जास्त लोक होते. मूथकरूंबन घराबाहेर येऊन माझ्या कारमागोमाग

माझ्या कॉटेजकडे आला. मी कारमधून खाली उतरताच माझ्या बागेतली फळं पक्षी कसे खाऊन टाकताहेत, हे सांगू लागला. फळांचं काय होतंय याची या वेळेस मला जराही पर्वा नव्हती. तंगाची तब्येत कशी आहे, हे मला जाणून घ्यायचं होतं.

तो म्हणाला, ‘‘मेडिकल कॉलेजमधील डॉक्टरनं तंगाची केस जाणून घेण्यासाठी सर्जनशी संपर्क साधायचा प्रयत्न केला; पण सर्जन मोठ्या सुट्टीवर गेलेले होते. डॉक्टर सर्जनला इंटरनेटवर भेटले.’’ मी विचार केला की, त्यांनी सर्जनशी इ-मेलने संपर्क साधला असावा. दुसऱ्या दिवशी मूथकरूंबनला सांगण्यात आलं की, त्याच्या बायकोचा कॅन्सर शेवटच्या टप्प्यावर आहे. आता तिला वाचवण्यासाठी काही करता येण्यासारखं नाहीये. त्यामुळे त्यानं तिला घरी घेऊन जावं आणि शक्य तितका आराम द्यावा. मूथकरूंबन तंगाला आणखी एका हॉस्पिटलमध्ये घेऊन गेला; पण तिथंही त्याला तेच उत्तर मिळालं. मला आश्चर्याचा धक्काच बसला. मी त्याला एवढंच म्हणालो, ‘‘बाप रे! म्हणजे ही केस आता आपल्या हाताबाहेर गेलीय. दुसऱ्या ऑपरेशननंतर तंगाला डिस्चार्ज मिळाला तेव्हाच आपण यात लक्ष घालायला पाहिजे होतं.’’ डिस्चार्ज शीटवर स्पष्ट लिहिलं होतं की, ‘पेशंटनं वैद्यकीय सल्ल्याविरुद्ध जाऊन हॉस्पिटल सोडलं आहे.’ त्यामुळे आता जे काय होईल त्याचा दोष सर्जन तुझ्या माथी मारणार. माझ्या शब्दांनी म्हाताऱ्याच्या काळजाचा ठाव घेतला. मनाचा बांध फुटून तो ओक्साबोक्शी रडू लागला. याआधी मोठ्या माणसाला असं धाय मोकलून रडताना मी कधी पाहिलेलं आठवत नाही. रडत रडतच तो म्हणाला, ‘‘साहेब, आजारी बायकोसाठी खोली मागितली, ही एकच चूक घडली आमच्या हातून. तेवढ्यासाठी डॉक्टरनं तिचा इलाजच थांबवला. आयुष्यभर आम्ही देवळातील देवाची प्रार्थना केली. मलयतूरच्या सेंट

थॉमस माउंट चर्चच्या बाप्पाची प्रार्थना केली. ते डॉक्टर या दोन देवांनी दिलेल्या शिक्षेतून सुटणार नाहीत. हिच्या दुसऱ्या ऑपरेशननंतर महिना होतोय न होतो तोच त्याच्या एका मुलानं आत्महत्या केली. आणखी मोठमोठी संकटं येणार आहेत त्याच्यावर.'' मी त्याचं सांत्वन करत म्हटलं, ''मुथू, असा कोणाला शाप देऊ नकोस. तुझ्या बायकोच्या तब्येतीकडे लक्ष दे. बाकी सगळं देवावर सोड.''

तुम्ही एखाद्या लहान शहरात राहत असता तेव्हा गोष्टी एकमेकांत गुंतत जातात. तीच तीच माणसं तुमच्या आयुष्यात वेगवेगळ्या रूपात येतात. काही महिन्यांपूर्वी मी बायकोला मेडिकल कॉलेजमध्ये सोडायला गेलो होतो. पाच वर्षांच्या अवधीनंतर ती आपलं डॉक्टरीचं काम परत सुरू करणार होती. कॉलेज गेटजवळ आम्ही एका तरुणाचा हार घातलेला फोटो पाहिला. नंतर माझ्या बायकोने सांगितलं, की तो कॉलेजच्या पहिल्या वर्षाचा एक विद्यार्थी होता. डॉक्टर दांपत्याच्या त्या एकुलत्या एका मुलानं आत्महत्या केली होती. त्या मुलाचे वडीलच तंगाचे सर्जन होते, हे माझ्या लक्षात आलं. मूथकरूंबनकडून तंगाच्या केसची एकांगी माहिती मिळाली होती. त्यामुळे मी कुणाबद्दल काही मत व्यक्त करणार नव्हतो. पण या योगायोगानं माझ्या मनात चर्र झालं.

नंतरही मी तंगाला पाहायला हॉस्पिटलमध्ये गेलो होतो. तिला खूप यातना होत होत्या. पण मला पाहताच तिनं स्मित केलं. माझ्या मुलींची चौकशी केली. मी जास्त वेळ तिथं थांबलो नाही. आम्ही तुझ्यासाठी प्रार्थना करू, असं सांगून तिथून बाहेर पडलो. त्यानंतरच्या आठवड्यात तिला मरणासन्न रोग्यांच्या विभागात ठेवलं गेलं. मी नवीन बिझनेस कार्डच्या छपाईसाठी शहरात गेलो होतो. प्रेसमध्ये अचानक व्होल्टेज वाढून इलेक्ट्रिसिटी बंद पडली होती. तिथून हॉस्पिटल चालत

जाण्याच्या अंतरावर असल्यानं मी त्या वेळेचा उपयोग तंगाला पाहायला जाण्यासाठी केला. तंगाचं पूर्ण कुटुंब तिथं होतं. परत माझ्याकडे पाहून स्मितहास्य करत तिनं माझ्या बायकोची व मुलींची चौकशी केली. मूथकरूंबन माझ्याशी पहिल्यांदा इंग्रजीत बोलला, 'टुमारे एट (उद्या सकाळी आठ वाजता).' तो काय म्हणतोय ते मला न कळल्यानं बाहेर आल्यावर मी त्याच्या मुलाला विचारलं 'काय आहे उद्या आठ वाजता? तुझे वडील काय सांगायचा प्रयत्न करत होते?''

मुलाच्या बोलण्यावरून मला कळलं, की तंगा आयव्ही फ्लुइड्सवर (शिरेत टोचून दिलेल्या द्रव पदार्थांमुळे), वेदनाशामक औषधांमुळे जिवंत होती. ती औषधं बंद करताच तिची सर्व शक्ती व शुद्ध हरपेल. डॉक्टरांचं मत होतं की, अशा कृत्रिम पद्धतीनं तिला जिवंत ठेवण्यापेक्षा ती काढून टाकून तिला शांतपणे मरू देणं जास्त चांगलं आहे. त्याबद्दलचा निर्णय दुसऱ्या दिवशी घेण्यात येणार होता. औषधं व शिरेतून दिलेल्या द्रव पदार्थांमुळे ती पूर्ण शुद्धीवर होती. तिला शारीरिक वेदना जाणवत नव्हत्या. त्यांनी तिला आयव्ही फ्लुइड्सवर ठेवावं, कुटुंबातील सगळ्यांनी आपापल्या नेहमीच्या कामाला लागावं आणि रोज संध्याकाळी तिला भेटावं, असं मी तंगाच्या मुलाला सुचवलं. पण नंतर माझी बायको म्हणाली, 'ती आयव्ही फ्लुइडवर जास्त दिवस तग धरणार नाही. शिवाय तिच्या वेदना आणखी त्रासदायक होत जातील, त्यामुळे डॉक्टरांनी दिलेला सल्ला पाळणंच योग्य आहे.' मी फोन करून हे तंगाच्या नवऱ्याला वा मुलाला कळवावं, असं बायको म्हणाली होती. पण हा निरोप द्यायला लागणारं भावनिक बळ माझ्याजवळ नव्हतं.

माझी मुंबईतील मीटिंग छान पार पडली. मीटिंगला आलेले लोक निघून जाताच मी तंगाच्या मुलाला फोन केला.

त्या दिवशी सकाळी तंगाची जीवनज्योत मालवल्याचं मला कळलं. अठरा महिन्यांपूर्वी टॉम फ्रिडमनबरोबरची राउंड टेबल मीटिंग संपल्यावर मी तंगाच्या मुलाला असाच फोन केला होता आणि मला कासवाचं आयुष्य सुरक्षित असल्याची छान बातमी मिळाली होती. दोन लेखक, दोन मीटिंग! एकाच माणसाला केलेले दोन फोन. पण दोन्ही वेळेस माझा भावनिक लंबक दोन विरुद्ध दिशांना गेलेला होता. मी त्याला सांगितलं की, मी शुक्रवारपर्यंत आलुवाला परत येऊ शकत नाहीये, त्यामुळे त्यांनी तंगाला मूठमाती देऊन टाकावी. माझं मन दुःखीकष्टी असलं तरी माझ्यातील व्यावसायिकाला मुंबईतील तीन मीटिंग अजून उरकायच्या होत्या. नंतर बंगळूरला जाऊन दोन दिवस राउंड टेबल मीटिंगही करायच्या होत्या. त्या हॉटेलमधील खानसामे मूथकरूंबननं माझ्या छोट्याशा शेतातील झाडावरून उतरवलेल्या फणसापासून वेगवेगळे पाश्चात्त्य खाद्य पदार्थ तयार करणार होते.

तंगाच्या दुसऱ्या ऑपरेशनमध्ये नक्की काय झालं ते मला माहीत नाही; पण तिचं आयुष्य वाढवण्यासाठी तिच्या भोवतीच्या अगदी मला धरून सर्व माणसांना काही तरी करता आलं असतं, असं मला अजूनही तीव्रतेनं वाटतं.

२०) किती हा फरक! - भारतातील नोकरशाही

आम्ही भारतात परत येऊन माझ्या स्वतःच्या गावी राहायचं ठरवलं, तेव्हा माझ्या पत्नीच्या व्यवसायाशी संबंधित अशा एका महत्त्वाच्या गोष्टीकडे आमचं दुर्लक्ष झालं. आमच्या घरपरतीच्या प्रवासात आम्हाला सर्वांत जास्त त्रास त्याचाच झाला. तुम्ही किंवा तुमची पत्नी त्या त्या देशाची परवानगी घेऊन व्यवसाय करणारे म्हणजेच सनदी व्यावसायिक असाल तर त्याबाबतचे भारताचे काय नियम आहेत, काय अटी

आहेत हे पुन्हापुन्हा तपासून घ्या.

माझी पत्नी डॉक्टर आहे. डॉक्टरीचा व्यवसाय करण्याबाबत कोणत्याही देशात खूप निर्बंध असतात. इंग्लंड-अमेरिकेत तिला प्रॅक्टिस करायला परवानगी मिळवण्यासाठी परत एकदा डॉक्टरीची परीक्षा द्यावी लागली होती. माझ्याशी लग्न करायचा विचार चालू असताना १९९९साली आपल्या मेडिकल डिग्रीला इथं मान्यता आहे का, याची विचारणा करण्यासाठी तिनं मेडिकल कौन्सिल ऑफ इंडिया (एमआयसी) ला पत्र लिहिलं होतं. एमआयसी ही डॉक्टरांना डॉक्टरी व्यवसाय करण्यासाठी लागणारा परवाना देणारी अधिकृत वैद्यकीय संस्था आहे. त्यांनी त्या वेळेस माझ्या बायकोला लगेच पत्र लिहून भारतात वैद्यकीय प्रॅक्टिस करण्याच्या तिच्या इच्छेबद्दल तिला धन्यवाद दिले होते व वैद्यकीय कायदा व एका विशिष्ट परिशिष्टानुसार तिच्या वैद्यकीय पदवीला भारतात मान्यता आहे, असं कळवलं होतं.

आमच्या तिसऱ्या मुलीच्या जन्मानंतर काही महिन्यांनी मी कामासाठी दिल्लीला गेलो असताना मेडिकल कौन्सिल ऑफ इंडियाकडे फेरी टाकली. माझ्याजवळ त्यांचं आधीचं पत्र व माझ्या पत्नीची सर्टिफिकेट्स होती. तिला भारतात प्रॅक्टिस सुरू करण्यासाठी आपलं नाव एमआयसीत रजिस्टर करावं लागणार होतं. त्यासाठी काय काय करावं लागेल याची मला चौकशी करायची होती. त्या वेळेस लाल किल्ल्यासारखी दिसणारी ती बिल्डिंग माझ्यासाठी तीर्थस्थान बनणार आहे, याची मला सुतराम कल्पना नव्हती. पण पुढे वर्षानुवर्षं दिल्लीला गेल्यानंतर मला या स्थळाला भेट द्यावी लागली. दहा वर्ष भारतापासून दूर राहिल्यानं भारतातील सरकारी कामकाज काय अन् कसं असतं, हे मी विसरलो होतो. आता परत मला त्याची गोडी (!) अनुभवायला मिळाली. या काळात मला वेगवेगळ्या ठिकाणी

पाठवलं गेलं. मला प्रत्येक टप्प्यावर खूप वाट पाहायला लावलं गेलं. शेवटी इंटरनॅशनल डिग्रींची काळजीपूर्वक तपासणी करणाऱ्या एका अधिकाऱ्यापर्यंत मी जाऊन पोहोचलो. हे काम करणाऱ्या ज्या बऱ्याच अधिकाऱ्यांना पुढे मला भेटावं लागलं, त्यांतील हा पहिला अधिकारी होता. आपल्याकडे व्हिसासाठी येणाऱ्या सगळ्यांना व्हिसा नाकारण्याचा प्रयत्न करणाऱ्या व्हिसा ऑफिसरप्रमाणेच होता तो. माझ्या कागदपत्रांवर नजर टाकून तो म्हणाला, "तुमच्या पत्नीला भारतात प्रॅक्टिस करता येणार नाही."

मी त्याला मेडिकल कौन्सिल ऑफ इंडियाचं १९९९ सालचं ते पत्र दाखवलं. त्यानं ते पत्र वाचून त्यातील एक विशिष्ट परिशिष्ट मला दाखवलं. ते माझ्या बायकोनं वाचलेलं नव्हतं. त्यात लिहिलं होतं की, वैद्यकीय कायद्यानुसार या डिग्रीला अमुक अमुक परिशिष्टानुसार मान्यता आहे; पण ती डिग्री जर भारतीय नागरिकाला मिळालेली असेल तर आणि या अर्थानं माझी बायको भारतीय नागरिक नव्हती. पूर्ण जगभर डॉक्टरांना खूप मागणी आहे. सर्वच देशांमध्ये परदेशी डॉक्टरला त्यांच्या देशात प्रॅक्टिस करायची असेल तर विशिष्ट प्रशिक्षण घ्यावं लागतं. जवळ जवळ सर्व देशांमध्ये भारतीय डॉक्टर प्रॅक्टिस करताना दिसतात. पण भारतात ही रहदारी एकाच बाजूनं होते असं दिसतं. डॉक्टरांची सर्वांत जास्त निर्यात करणाऱ्या या देशात परदेशी नागरिकांना, ते धर्मादाय प्रॅक्टिस करत नसतील किंवा भारतीय डॉक्टरांना प्रशिक्षण देत नसतील, तर भारतात प्रॅक्टिस करायला परवानगी मिळत नाही.

माझ्या पत्नीजवळ ती ओव्हरसीज सिटीजन ऑफ इंडिया, समुद्रपार राहणारी नागरिक असल्याचं कार्ड आहे. या कार्डमुळे तिला एक मतदानाचा अधिकार सोडला तर भारतीय नागरिकत्वाचे बाकी सर्व अधिकार मिळतात. मी मेडिकल

कौन्सिलच्या त्या अधिकाऱ्याला सांगितलं की, माझ्या बायकोजवळ काम करण्याचं पूर्ण परमिट आहे त्यामुळे भारतात काम करण्याबद्दलच्या कोणत्याही गोष्टीत तिला भारतीय नागरिकाप्रमाणे वागवण्यात यावं. मी त्याला असंही सांगितलं की, पाहिजे तर मी या अर्थाचं पत्र ओव्हरसीज अफेअर्स मिनिस्ट्रीकडून मिळवून देतो. कदाचित त्याने ही समस्या सुटेल. यावर तो किंचित रागावून म्हणाला, "साहेब, आम्हाला कोणत्याही मिनिस्ट्रीचे आदेश पाळायची गरज नाही. एकोणीसशे साठमध्ये पार्लमेंटमध्ये झालेल्या एका कायद्यान्वये आम्ही स्वतःचे नियम स्वतः ठरवणारी स्वायत्त संस्था आहोत. अन् आता यासंबंधीचा आणखी एखादा कायदा पार्लमेंटमध्ये झाला तरच तुमच्या बायकोला भारतात काम करता येईल." एवढं बोलून त्यानं मला निघून जायला सांगितलं. आता पार्लमेंटमध्ये नवीन कायदा होईल तेव्हा माझ्या बायकोला इथं काम करता येईल, एवढी एकच आशा होती मला. हे होईल असं मला दोन कारणांनी वाटत होतं. एक म्हणजे डब्ल्यूएचओ (वर्ल्ड हेल्थ ऑरगनायझेशन - जागतिक स्वास्थ्य संघटना) च्या मानकानुसार भारतात डॉक्टर व रोगी यांचं प्रमाण फार व्यस्त आहे. दुसरं म्हणजे विदेशी नागरिकांचा भारतात येणारा ओघ सतत इतका वाढत चालला आहे की, त्यांच्यातील काहींच्या पत्नी/पती डॉक्टर असू शकतात.

नंतर एकदा खजुराओमध्ये एक कॉन्फरन्स झाली. त्यात माझी इन्शुरन्स क्षेत्रातील एका बड्या असामीशी भेट झाली. इन्शुरन्सच्या नव्या कायद्याचा मसुदा तयार करणाऱ्या समितीचे ते प्रमुख होते. त्यांनी मला सल्ला दिला की, डॉक्टरी व्यवसायाबद्दल एखादा नवा कायदा होईल आणि मग माझ्या बायकोच्या कामाचा प्रश्न सुटेल, अशी खुळी आशा तू मुळीच ठेवू नकोस. कारण इन्शुरन्स कायद्याचा मसुदा तयार

करण्यात मी दोन वर्षं खर्ची घातली आहेत आणि तो पास होण्याची अजूनही चिन्हं नाहीत.

मला आता नैराश्य घेरू लागलं होतं. एक तर इंग्लंडला परत जाणं किंवा माझ्या पत्नीनं आपलं नागरिकत्व बदलून भारतीय नागरिकत्व घेणं. पण ती इथं पाच वर्षं राहिली, तरच भारतीय नागरिकत्व मिळायला पात्र होणार होती. आम्ही वाट पाहणं पत्करलं. पण येथील सरकारी यंत्रणेवरील आमचा विश्वास उडाला होता. त्यामुळे आम्ही तिच्या इंग्लंडमधील कामाच्या परवान्याचं नूतनीकरण करत राहिलो आणि तिनं इथं दोन वर्षांच्या पोस्ट ग्रॅज्युएट डिप्लोमासाठी ॲडमिशन घ्यायचं जमवलं. त्यामुळे तिचा औषधोपचाराशी संबंध टिकून राहिला असता आणि तिला भारतातील विशिष्ट रोगांना समजून घेता आलं असतं. एमसीआयनं तिला हे करण्याची परवानगी दिली. ते बऱ्याच परदेशी विद्यार्थ्यांना तशी परवानगी देतात कारण त्यांच्याकडून मिळणारा पैसा हा भारतीय मेडिकल कॉलेजना मिळणाऱ्या पैशांचा प्रमुख स्त्रोत आहे.

एका वर्षानंतर एके दिवशी मला माझ्या वरिष्ठ अधिकाऱ्यांकडून खूप ई-मेल आल्या. त्यात त्यांनी पंतप्रधानांनी केलेली एक घोषणा कळवली होती. पंतप्रधानांनी केलेल्या घोषणेनुसार ओव्हरसीज सिटीजन ऑफ इंडिया, ओसीआय कार्डधारक विदेशी नागरिकांना भारत डॉक्टरीसारख्या नियमबद्ध व्यवसायात प्रॅक्टिस करण्याचा परवाना देणार होता. यानंतर सहा महिन्यांनी ओव्हरसीज अफेअर्स मिनिस्ट्रीनं वटहुकूम काढला की, व्यावसायिक परवान्याचं रजिस्ट्रेशन करण्यासाठी ओसीआय कार्डधारकांना भारतीय नागरिकांप्रमाणे वागवलं जावं. मी लगेच ओव्हरसीज अफेअर्स मिनिस्ट्रीच्या त्या वटहुकमाची एक प्रत घेऊन एमसीआय ऑफिसमध्ये गेलो. माझा दावा असा होता की, माझी पत्नी आता भारतीय

नागरिकाप्रमाणं असल्यानं, १९९९च्या एमसीआयच्या पत्रानुसार तिला आता डॉक्टरीचं लायसेन्स देण्यात यावं. या वेळेसही त्यांनी मला या माणसाकडून त्या माणसाकडे असं खूप हिंडायला लावलं. सरतेशेवटी मला सुप्रीम कोर्टात एमसीआयची बाजू मांडणाऱ्या वकिलांकडे पाठवण्यात आलं. सगळ्यांचं म्हणणं होतं की, यातून काही तरी मार्ग निघेल. पण त्या अर्थाचं अधिकृत पत्र कुणीही दिलं नाही. एव्हाना माझ्या मायक्रोसॉफ्टच्या सहकाऱ्यांमध्ये माझं एमसीआयमध्ये जाणं 'लायसेन्स हंटिंग ॲक्टिव्हिटीज', शिकार साधण्यासाठी केलेल्या हालचाली या विशेष नावानं ओळखलं जाऊ लागलं होतं.

अशा प्रकारे लायसेन्समागं धावण्यात एक वर्ष घालवल्यावर एमसीआयच्या एका माणसाला माझ्या पत्नीला लायसेन्स का देता येत नाही, याचं एक कारण सापडलं. सुप्रीम कोर्टच्या एका निर्णयाचा हवाला देऊन तो म्हणाला, 'तुमच्या पत्नीच्या डिग्रीला आम्ही १९९९मध्ये मान्यता दिलेली असली तरी त्या वेळेस त्यांनी रजिस्ट्रेशनसाठी अधिकृतरीत्या अर्ज केला नव्हता. सुप्रीम कोर्टच्या नव्या निर्णयानुसार, नव्यानं अर्ज करणाऱ्या सगळ्यांना रजिस्ट्रेशनसाठी आपली पात्रता सिद्ध करणारी परीक्षा पास करावी लागते. पण आणखी एका निर्णयानुसार ती टेस्ट २००४ नंतर ग्रॅज्युएट झालेल्यांनाच द्यावी लागते. तुमची पत्नी २००० सालची ग्रॅज्युएट असल्यानं तिच्या बाबतीत आम्ही कोणताही निर्णय घेऊ शकत नाही.''

त्या माणसाचं बोलणं ऐकून मला फारच वैतागल्यासारखं झालं. एमसीआयच्या अधिकाऱ्यांनी माझी बायको एक तर रजिस्ट्रेशनसाठी पात्र आहे, हे तरी सांगायला पाहिजे होतं किंवा सुप्रीम कोर्टच्या आणखी एखाद्या निर्णयाची वाट न पाहता तिनं रजिस्ट्रेशनसाठी टेस्ट द्यावी, हे तरी सांगायला पाहिजे होतं. पण त्यांनी आमची केस आणखीनच लोंबकळत ठेवली.

काही वर्षं विमानप्रवास केल्यावर माझ्या लक्षात आलं होतं की, पार्लमेंट सेशन्स चालू असली की शुक्रवार रात्रीच्या दिल्ली ते कोची फ्लाइटमध्ये केरळचे कॅबिनेट मंत्री असत. एमसीआयमध्ये वरील प्रसंग घडल्यानंतर मी ऐनवेळेस या मंत्र्यांना भेटता यावं, म्हणून जास्तीचे पैसे भरून बिझनेस क्लासचं विमानतिकीट घेऊन आपल्या नशिबाची परीक्षा घेण्याचं ठरवलं. विमानात ओव्हरसीज अफेअर्सचे कॅबिनेट मंत्री माझ्या समोरच बसलेले होते आणि माझ्या मागे बसले होते, माझ्या एका कार्यक्रमात वक्ते असणाऱ्यांचे वडील. त्या वक्त्यांना कार्यक्रमाची कल्पना देण्यासाठी त्यांच्या घरी गेलो असताना मी त्या वयस्क माणसाला भेटलेलो होतो. पण सगळ्यात आश्चर्याची व आनंदाची गोष्ट ही होती की एमसीआयच्या बोर्ड मेंबरपैकी एक जण केरळला चालले होते आणि माझ्या अगदी शेजारीच बसलेले होते. मी एमसीआयमध्ये त्यांना पाहिलं होतं, पण त्यांना जाऊन भेटण्याची संधी मला मिळालेली नव्हती. माझ्या ओळखीच्या त्या वयस्क माणसानं माझी मंत्र्यांशी ओळख करून दिली आणि मी मंत्र्यांबरोबर बोलणं सुरू करण्याआधीच एमसीआय बोर्ड मेंबरनी माझा अर्ज पाहिला. ते म्हणाले की, आमची केस बोर्डासमोर कधी आणलीच गेली नव्हती. ते हेही म्हणाले की, त्यांनी पाहिलेल्या सर्व केसमध्ये माझ्या पत्नीची केस सगळ्यात जास्त कायदेशीर आहे. नवीन सेक्रेटरींशी बोलून कायद्याला धरून जे काही करता येईल, ते सर्व मी तुमच्यासाठी करीन, असं त्यांनी मला आश्वासन दिलं. वॉरविकमध्ये सप्लाय चेन (पुरवठा साखळी)चं पहिलं तत्त्व मी शिकलो होतो. ते हे की, संपूर्ण सप्लाय चेनच्या पुरवठ्याचं यश, अध्येमध्ये येणाऱ्या अडचणींमधील सर्वांत मोठ्या अडचणींतून मार्ग काढून पुरवठा कसा चालू ठेवला जाईल, यावर अवलंबून असतं. भारतातील

नोकरशाहीच्या संदर्भात मला आलेल्या अनुभवातून मी हे सारतत्त्व शिकलो की, भारतातील वरिष्ठ अधिकाऱ्यांच्या कामाची क्षमता नेहमी त्यांच्या हाताखालच्या काम न करणाऱ्या लोकांवर अवलंबून असते. त्यामुळे भारतातील सरकारी कचेरीतील आपलं काम करून घेण्यासाठी आपला कितीही वेळ देण्याची व चिकाटीने प्रयत्न करत राहण्याची तुमची मानसिक तयारी असली पाहिजे. याची चांगली बाजू ही आहे की, तुम्ही कोणताही शॉर्टकट घेतला नाहीत तर तुम्ही आपल्या नैतिक मूल्यांवर ठाम राहू शकता. भारतात अजूनही खूप प्रामाणिक व सदाचारी अधिकारी आहेत आणि अडचणींतून मार्ग काढण्यासाठी ते तुम्हाला मदत करतात.

मागील एका वर्षापासून माझी पत्नी एका मिशन हॉस्पिटलमध्ये काम करत आहे.

२१) अंगात पाहिजे खूप खूप विनम्रता, धीर व सहनशीलता

मोठ्या शहरांच्या मानानं लहान शहरात राहत असताना, तुमचा खूप कमी लोकांशी संबंध येतो, पण त्या लोकांना तुम्ही वेगवेगळ्या ठिकाणी वेगवेगळ्या रूपांमध्ये भेटता. तुमच्या मुलांचा शाळाशिक्षक तुम्ही जाता त्याच चर्चला जात असतो आणि ज्या दुकानात तुम्ही वारंवार जाता, ते तुमच्या मुलांच्या क्लासमेटच्या वडिलांच्या मालकीचं असू शकतं. तुमचा पोस्टमन किंवा टेलिफोनचं काम करणारा माणूस तुमच्या घराच्या जवळपास राहत असू शकतो. एकदा माझी मुलगी संडे स्कूलहून परत आल्यावर म्हणाली, 'डॅड, माझे संडे स्कूल टीचर म्हणाले की, तुम्ही लहान असताना त्यांनी तुम्हाला शिकवलेलं आहे.' गावी परत आल्यानंतरचा माझा हा सगळ्यात छान अनुभव होता.

लहान तळ्यात सगळं ठीकठाक असताना सर्व काही

फार सुंदर, आदर्श वाटतं, पण त्याची वाईट बाजू ही आहे की, काही कारणानं लहान शहरातील लोकांबरोबरचे तुमचे संबंध बिघडले तरी ते लोक तिथंच राहणारे असतात आणि तुम्ही काळजी घेतली नाहीत तर आपसात भांडणं सुरू व्हायला वेळ लागत नाही. तुमच्याभोवतीच्या लोकांबरोबरची भांडणं 'मी मोठा की तू मोठा' यासारखी असतात. मुख्य म्हणजे तुम्ही खूप काळ लांब राहिलेले असता आणि कुणी तरी महत्त्वाचं बनून तिथं परत आलेले असता. बहुतेक सर्वांना तुम्ही तिथं परत आल्याचा आनंदच असतो. त्यांच्याशी आदरानं वागून, त्यांना मदत करून, स्थानिक समारंभात भाग घेऊन तुम्ही त्यांचं प्रेम, सदिच्छा मिळवू शकता. पण काही लोकांना त्यांच्या मूर्खपणाच्या कल्पनांमुळे तुमचं परत येणं खुपतं. तुमच्या तिथं येण्यानं त्यांचं महत्त्व कमी झालंय, असं त्यांना वाटतं.

आम्ही इथं परत येऊन एव्हाना तीन वर्षं झालेली आहेत. या तीन वर्षांत आम्हाला जास्त करून चांगलेच अनुभव आलेले आहेत. शेजारपाजारच्या लोकांबरोबर आमचे सलोख्याचे संबंध आहेत. त्यांच्याशी आम्ही समरस झालो आहोत. पण एका सकाळी लोकांच्या नारेबाजीनं आणि बिल्डिंगमागील नदीकिनाऱ्याजवळील सुंदर बागेच्या नासधुशीच्या आवाजानं आम्हाला जाग आली.

झालं काय होतं की, मी पुढाकार घेऊन आमच्या अपार्टमेन्टमधील इतरांना आपल्या अपार्टमेन्टजवळची जागा स्वच्छ व सुंदर करण्याची गरज पटवून दिली होती. स्वच्छ केलेल्या नदीकिनाऱ्यावर एक बाग केली होती आणि तिथं आम्ही खूप चांगल्या प्रतीच्या आंब्याची झाडं लावली होती. उन्हाळ्यात झाडाखाली पडलेले आंबे गोळा करायला मुलांना खूप आवडतं. नदीजवळ मी खूप साप पाहिलेले होते. त्यामुळे

आम्हाला नदी आणि आमच्या अपार्टमेन्टच्या कंपाउंड वॉलच्या मध्ये वाढलेली झाडंझुडपं, वेली काढून टाकून ती जागा साफ करून घ्यावी लागली होती. वेली काढून टाकताना आम्हाला नदीवरील एका जुन्या घाटाच्या पायऱ्या दिसल्या. आमच्या अपार्टमेन्टच्या जागी आधी एक जुन्या पद्धतीचं घर होतं. तिथल्याच स्नानाच्या घाटाच्या पायऱ्या असाव्यात त्या. वर्षानुवर्ष घाटाकडे दुर्लक्ष झाल्यामुळे पायऱ्यांची पडझड झाली असावी.

आम्ही स्थानिक पंचायतीच्या प्रतिनिधींना त्या घाटावर साठलेला चिखल काढून टाकून ती जागा आम्ही माशांना ब्रेडचे तुकडे वगैरे घालण्यासाठी वापरू शकतो का, असं विचारलं. शिवाय जवळच पंचायतीच्या मालकीच्या स्त्रियांच्या स्नानाचा घाट होता. तो साफ करायचीही आम्ही तयारी दाखवली. पंचायतीच्या सदस्यांनी आमची कल्पना उचलून धरली. आपला घाट साफ होतोय, या विचारानं तिथल्या बायकाही खूश झाल्या. पुढच्या तीन दिवसांत आम्ही सगळी साफसफाई केली. जवळच्या एकीनं आपल्या घरातून ऑर्किड्सची रोपं आणून बागेभोवतीच्या खांबांवर लावली. पण यानंतर काहीच दिवसांत आमच्या विरुद्ध असणाऱ्या एका गटानं पूर्ण बागेची नासधूस केली. ऑर्किड्सची सगळी रोपं उद्ध्वस्त करून टाकली आणि हिरवळीच्या वाफ्यांवरून मोटारसायकली चालवून त्यांची पूर्ण नासाडी केली.

त्या विध्वंसक गटाच्या म्होरक्याला मी कित्येकदा जवळच्या देवळात पाहिलं होतं. एका उत्सवानंतर त्यानं मला भांडं भरून पायसम (खीर) दिलं होतं. त्यांचं म्हणणं होतं की, ऑर्किड्स आपल्या देशाच्या मूळ वनस्पतीतली एक नाही. त्यांच्यामुळे या परिसराला धोका आहे. शिवाय नदीजवळील जमीन सुंदर करण्याचा आम्हाला काही एक अधिकार नाहीये. त्याच्या या म्हणण्यात थोडं तथ्य होतं. केरळमध्ये नदीतटावरील

जमिनींच्या काही भागावर सरकारचा हक्क असतो. पण सरकारनं जमिनीच्या त्या भागावर काही योजना सुरू करेपर्यंत नदीजवळ राहणाऱ्यांना त्या जमिनीचा उपयोग करण्याचा पूर्ण हक्क असतो. ऑर्किड्समुळे परिसराला धोका आहे, या त्याच्या शेऱ्यानं मी जरा चिडल्यासारखा झालो होतो. आमच्या जवळच्या एका झाडावर एक महाभारतकालीन जंगली ऑर्किडची वेल आहे, हे मला त्याला दाखवून द्यायचं होतं. पण नंतर त्यानं जितकी ऑर्किड्स नष्ट केली होती, त्याहून जास्त कापडी फलक रस्त्यांवर टांगले आणि त्यामुळेच परिसराचं जास्त नुकसान झालं. तिथून वाहनं चालवणंही धोक्याचं झालं ते वेगळंच.

आमच्या अपार्टमेन्ट कॉम्प्लेक्समधील बहुतेक लोकांना या गटाविरुद्ध आणि त्यांच्या म्होरक्याविरुद्ध पोलिसात तक्रार नोंदवावी असं वाटत होतं. पण आमच्यातील काहींनी आपण शांत राहून त्या गटाला जिंकायचा प्रयत्न करू या, असं सांगून त्यांची मनं वळवली. हरलेल्या शेजाऱ्यानं थोडा वेळ गप्प बसून परत आमच्यावर कुरघोडी करण्यापेक्षा आम्ही थोडं दमानं घेतलं तर आम्हाला या समस्येचं कायमचं समाधान मिळालं असतं. विध्वंसक गटाच्या म्होरक्याची मागणी होती की, आम्ही साफ केलेला बायकांचा घाट बंद करून टाकावा. ती आम्ही मान्य केली; पण त्याच्या दुसऱ्याच दिवशी खंडू पक्ष्याच्या एका जोडीनं तिथं घरटं बांधायला सुरुवात केल्यानं त्याला माघार घ्यावी लागली. आम्हाला त्रास देण्यासाठी तो आमच्या बाजूच्या नदीकिनाऱ्यावर काही मुलांना फुटबॉल खेळण्यासाठी पाठवू लागला. पण काहीच दिवसांनी त्यांचं इकडे येणं बंद झालं. त्यांनी लाथ मारल्यावर तीनपैकी एक बॉल नदीत पडू लागला. मग ती पोरं नदीत बुडून जाण्याचा किंवा त्यांना साप चावण्याचा धोका असल्यानं आम्हाला

आमच्या सिक्युरिटी गार्डला तिकडे पाठवावं लागायचं. नंतर त्या म्होरक्याचे काही मित्र त्या जागेचा उपयोग पत्ते खेळण्यासाठी किंवा दारू पिण्यासाठी करू लागले, पण त्यांना हे प्रकार करताना पोलिसांनी पाहिलं आणि त्यांच्यापैकी बऱ्याच जणांना त्यांनी पोलिस स्टेशनमध्ये डांबलं.

या गोष्टीला आता दोन वर्ष झालीयेत. त्या गटाच्या म्होरक्यानं लोकांना आमच्याविरुद्ध चिथावण्याचं काम बंद केलं आहे, कारण बहुतेकांना आमचा हेतू चांगला होता, हे पटलं आहे. बायकांसाठी असलेल्या स्नानाच्या घाटावर परत गवत माजलं आहे. तो म्होरक्या सुविधा उपलब्ध करून देणाऱ्या एका स्थानिक कंपनीत काम करतो. प्रत्येक वेळी तिथं बिलं भरायला गेल्यावर तो मला दिसतो. पूर्वी तो माझी नजर चुकवायचा प्रयत्न करायचा; पण आता तो माझ्याकडे पाहून परत स्मितहास्य करायला लागलाय.

एकदा माझ्या मुलीच्या शाळेतील प्रिन्सिपॉलनं मला शाळेत बोलावून, शाळा परत सुरू होण्याबद्दलच्या बऱ्याच सर्क्युलर्सपैकी एक मी हरवल्याबद्दल माझी हजेरी घेतली. मोठ्या शहरातल्या शाळेत मी माझी चूक कबूल केली असती; पण आम्ही शिक्षिकेला भेटायला जातो त्याच दिवशी आम्हाला सर्व सर्क्युलर्स देण्याची विधायक सूचनाही केली असती. पण इथं मी माझी चूक मान्य करून प्रिन्सिपॉलची क्षमा मागितली आणि घरी आल्यावर माझ्या ऑफिस कॅबिनेटमध्ये मुलीच्या सर्क्युलर्ससाठी एक फाइल तयार केली. ती दुसऱ्या शाळेत जाईपर्यंत सर्व सर्क्युलर्स मी काळजीपूर्वक त्या फाइलमध्ये ठेवत होतो. मी शाळेत असताना माझे रागीट वडील आणि भाऊ माझ्या शिक्षकांना भेटताना किती विनम्र असत, हे मी पाहिलेलं आहे. लहान शहरातील शिक्षकांना अशा पालकांची सवय असते. ते वर्ष संपताना मला पालकांच्या वतीनं सगळ्या शिक्षकांचे आभार मानण्याचं भाषण

देण्यासाठी बोलावण्यात आलं होतं.

अर्थकारण

२२) देवाजीच्या ऑफिसचं अर्थकारण

माझे बरेच सहकारी मला विचारतात की, स्वतःच्या गावात राहून काम करताना तुला बंगळूरच्या ऑफिससाठी स्वतःच्या खर्चानं बंगळूरमध्ये राहणं कसं परवडतं? त्यांना वाटतं की, माझा बंगळूरमध्ये राहण्याचा, ऑफिसला कारनं येण्या-जाण्याचा व विमानतिकिटाचा खर्च माझ्या खिशाला जड जात असणार. हा खर्च मी कंपनीकडून मागून घ्यावा, असं कित्येकांनी मला सुचवलं. पण माझा या गोष्टीला कडक विरोध आहे, कारण माझ्या नंतरच्या मॅनेजरला माझी स्वतःच्या गावात राहून कंपनीचं काम करण्याची कल्पना, त्याच्या किंवा तिच्या प्रवास व एकूणच अंदाजपत्रकावर टाकलेलं ओझं आहे, असं वाटू शकेल. माझ्या सहकाऱ्यांनी मला फक्त एका कस्टमरला मेजवानी देण्यासाठी किंवा एखाद्या पार्टनरनं प्रमुख कस्टमर्ससाठी आयोजित केलेल्या गोल्फ प्रॅक्टिस सेशनसाठी विमानानं बंगळूरला येताना पाहिलेलं आहे. अशा खर्चांचा ताळा मी कसा बसवत असेन, हे पाहण्याआधी आपण माझ्या बंगळूरमधील अठरा महिन्यांच्या वास्तव्यात अनुभवलेल्या महानगरीय राहणीमानाच्या खर्चाची व भारतातील लहान शहरातील राहणीमानातील खर्चाची तुलना करू या,

(अ) बंगळूरमधील घराएवढ्याच घरासाठी मला आलुवात एक तृतीयांशच खर्च करावा लागतो. शिवाय माझ्या आलुवातील घराची गुणवत्ता व लोकेशन जास्त चांगलं आहे.

(ब) मुलींच्या शाळेचा खर्चही इथं खूपच कमी आहे. आम्ही बंगळूरच्या इंटरनॅशनल स्कूलच्या तिमाही फीसाठी जितके

पैसे भरायचो, तितक्यात इथल्या शाळेची पूर्ण वर्षाची फी निघते. कारण इथली कॉन्व्हेंट शाळा सर्व आर्थिक स्तरांच्या मुलांसाठी आहे.

(क) आलुवा हे लहान शहर असल्यानं व मी घरूनच काम करत असल्यानं मला इथं ड्रायव्हरची गरजच नाही. माझं बंगळूरचं ऑफिस कारनं एका तासाच्या अंतरावर होतं, शिवाय माझ्या बायकोसाठी कार परत घरी आणावी लागायची त्यामुळे मला तिथं ड्रायव्हर ठेवावा लागायचा.

(ड) याच कारणामुळे आलुवाला आमचा पेट्रोलचा खर्चही खूप कमी आहे.

(इ) अल्पकालीन सूचनेवरून आपल्या नातलगांना भेटण्यासाठी किंवा कौटुंबिक समारंभांसाठी आम्हाला वर्षातून किती तरी वेळा गावी जायला लागायचं. आता आम्ही आपल्याच गावी राहत असल्यानं आमचा येण्या-जाण्याचा खर्च वाचलाय. सुट्ट्यांचा खर्चही तुलनेनं खूप कमी झाला आहे.

एकूणच आमच्या वार्षिक खर्चात तीस टक्के बचत झाली आहे. घरभाड्यातील फरकच इतका जास्त आहे की, त्यामुळे बंगळूरला विमानानं येऊन तिथं स्वखर्चानं महिन्यातून एक आठवडा राहणं मला स्वस्त पडतं. शिवाय माझ्या क्रेडिट कार्डवर बक्षीस म्हणून मिळालेले सर्व पॉइंट्स मी साठवून ठेवतो. तसेच कोची-बंगळूरमधील सर्वांत सोईस्कर एअरलाइनचे एअरमेलही साठवून ठेवतो. त्यामुळे बंगळूरची बहुतेक विमानतिकिटं मला खूप स्वस्त दरात मिळतात.

अशा प्रकारे देवाजीच्या ऑफिसातून काम करताना, कधी कधी फक्त रात्रीच्या जेवणासाठी किंवा गोल्फ खेळण्यासाठी तुम्ही विमानानं शहरात जाण्याचा विचार करू शकता. तेवढा खर्च अध्येमध्ये करणं तुम्हाला शक्य होतं, कारण इतर बरेच

मोठे खर्च टाळून तुम्ही बचत केलेली असते. त्या बचतीतून भविष्यात एखादा नवीन उद्योगधंदा सुरू करण्यासाठी तुम्ही भांडवल जमा करून ठेवू शकता किंवा कामातून सुट्टी घेऊन आपल्या आवडीचा छंद जोपासू शकता. वरील दोन्ही गोष्टी मी करत आहे.

२३) थोडंफार दान करा; पण कर्जाला साफ नकार द्या

लहान शहरात राहत असताना तुमच्या संपर्कात तात्पुरत्या आर्थिक अडचणीत असलेली बरीच माणसं येतील. बरीच माणसं तुम्हाला अल्पावधीसाठी कर्जाऊ पैसे मागतील. ते देणं तुम्हाला परवडूही शकेल, पण इथंच खरा धोका आहे. कर्जाऊ रकमेबरोबर आणखीही एखादी बिकट परिस्थिती तुमच्यावर ओढवू शकते, याची तुम्हाला जाणीव हवी. हा धडा मी त्रासदायक पद्धतीनं शिकलो. माझ्या एका परिचित गृहस्थावर कठीण परिस्थिती ओढवली होती. एक विशिष्ट देणं दिलं नाही तर त्याचा धंदा बंद पडेलसं दिसत होतं. केरळच्या एका सन्माननीय उद्योगपतीनं त्याच्या धंद्यात प्रमुख गुंतवणूक केली होती. त्या उद्योगपतींना मीही चांगला ओळखत होतो. माझा हा मित्र स्वतःच्या हिमतीवर काहीतरी करायला निघाला होता. वर्षानुवर्षांचा अनुभव गाठीशी असलेल्या लोकांबरोबरच्या स्पर्धेत तो उतरला होता. मला वाटलं की, त्याच्या कठीण आर्थिक परिस्थितीत त्याला मदतीचा हातभार लावावा.

तरीही मी थोडा नर्व्हस होतो. माझ्या व्यावसायिक ओळखीच्या काही लोकांना मी याबाबत विचारलं. ते म्हणाले की, त्या माणसावर माझा विश्वास असेल तर त्याच्याकडून प्रॉमिसरी नोट किंवा नंतरच्या तारखेचा चेक लिहून घेऊन मी ही आर्थिक मदत करावी. माझा परिचित हे करायला तयार असल्यानं मी त्याला अल्प मुदतीसाठी कर्ज दिलं. पण हा

माझा निराशादायक अनुभव ठरला. आयुष्यात पहिल्यांदा मला बँकेकडून माझा एक चेक वटला न गेल्याचं पत्र आलं. हा माझ्या त्या परिचितानं त्याच्या सीएफओच्या प्रॉमिसरी नोटबरोबर दिलेला नंतरच्या तारखेचा चेक होता. या गोष्टीला आता दोन वर्षं झाली आहेत. माझ्या मित्रानं दोन महिन्यांच्या मुदतीनं घेतलेल्या कर्जाऊ रकमेतील अर्धी रक्कमही मला अजून मिळालेली नाही. पैशाच्या नुकसानीचं फारसं मनावर घेतलं नाही, तरी या अनुभवामुळे अशा नडलेल्या लोकांना मदत करायची माझी इच्छाच मेली. आता अगदी खूप परिचयाच्या लोकांचाही मला विश्वास वाटत नाही. आपल्या गिऱ्हाइकांकडून आपलं येणं केव्हा वसूल होईल, याची निश्चिती नसल्यानं लहान शहरातील खूप लोक वरीलप्रमाणे आर्थिक अडचणीत सापडतात. अशा वेळेस मिळेल त्याच्याकडून ते कर्ज घेतात. शेवटी जो कर्ज देणारा सगळ्यात जास्त आरडाओरडा करील, त्याचं तोंड बंद करायला ते दुसऱ्या कोणाकडून कर्ज काढतात. जास्तीत जास्त आरडाओरडा करून कर्ज वसूल करण्याच्या या खेळात तुम्ही धंदेवाईक सावकारांच्या पासंगालाही पुरत नाही.

कर्जाऊ रक्कम देण्याच्या माझ्या या पहिल्यावहिल्या अनुभवावरून मी वागण्याची एक पद्धत ठरवली आहे आणि ती माझ्यापुरती यशस्वी झाली आहे. नव्यानं उद्योग करणाऱ्यांपैकी ज्यांना तुमच्याकडून छोटी-छोटी कर्ज घेण्यापेक्षा, उद्योगधंद्यातील तुमचा अनुभव व ओळखीपाळखी - कॉन्टॅक्ट्स जास्त मोलाचे वाटतात, अशांचा अग्रक्रम ठरवा. सुरुवातीलाच मी त्यांना स्पष्ट सांगतो की, ज्या दिवशी मला त्यांचा उद्योग गुंतवणूक करण्यासाठी चांगला आहे, असं वाटेल त्या दिवशी मी त्यांना सल्ला देणं बंद करीन आणि त्यांच्या कंपनीच्या प्रत्येक कामाचं मूल्यमापन मी एका गुंतवणूकदाराच्या नजरेतून करीन. एका सल्लागाराचं,

मार्गदर्शकाचं काम असतं, हितकारक सल्ला देणं, योग्य मार्गदर्शन करणं; मग शिष्य भलेही चांगला असो वा नसो. गुंतवणूकदाराचं लक्ष मात्र त्याला आपल्या गुंतवणुकीतून काय परतावा, लाभ मिळतोय इकडे असलं पाहिजे. त्यानं सर्व कंपन्यांच्या हालचाली बारकाईनं न्याहाळून त्यांतील सर्वांत चांगली कंपनीच गुंतवणुकीसाठी निवडली पाहिजे.

तुम्हाला एखाद्या होतकरू उद्योजकाला आर्थिक मदत करायचीच असेल तर त्याच्या कंपनीची उत्पादनं वा सेवा बाजारदराहून जरा जास्त दरानं घ्या. पाहिजे तर त्यांना आगाऊ रक्कमही द्या. यामुळे एक गिऱ्हाइकाच्या दृष्टीनं तुम्हाला त्याचं मूल्यमापन करता येईल आणि त्याची दुसऱ्यांना शिफारसही करता येईल. किंवा त्याला बँकेकडून कर्ज काढायला सांगा आणि शक्य झाल्यास त्या रकमेवरील व्याज तुम्ही भरा. बाकी त्यांचा पाठपुरावा वा त्यांच्यावर ओरडण्याचं काम बँक करेल.

गरीब लोकांना बहुतेकदा आजारपणासाठी किंवा मुलांच्या शिक्षणासाठी तुमच्याकडून पैशाची मदत पाहिजे असते. तुम्हाला त्यांची अडचण दूर करायची असेल तर थोडं लक्ष घातल्यावर तुमच्या लक्षात येईल की, त्यासाठी बऱ्याच सरकारी योजना असतात. तरीही तुम्हाला त्यांना पैशाची मदत करावीच वाटली तर तो पैसा तुम्ही दान म्हणून द्या; कर्ज म्हणून देऊ नका. नाही तर होतं काय की त्यांनी कबूल केल्याप्रमाणे त्यांना तुमची रक्कम परत करता आली नाही तर ते तुम्हाला टाळायला लागतात. आणि मग तुमचा पैसाही जातो आणि कामासाठी असलेला तो माणूसही जातो.

२४) लक्षात घ्या - विमानाची वेळ चुकणं फार महागात पडू शकतं.

महानगरं व लहान शहरं यांच्यातील संबंध किती महत्त्वाचे

असतात, हे सांगायची गरज नाही. त्यातून दिवसाची शेवटची फ्लाइट तर फार महत्त्वाची असते. दिल्लीहून येणाऱ्या शेवटच्या फ्लाइटमध्ये केरळचे खूप राजकारणी लोक व मंत्री असतात. मुंबई व इतर महानगरांतील शेवटच्या फ्लाइटनं केरळचे बहुतेक सर्व उद्योगपती प्रवास करतात. केरळला येणारे बरेच आंतरराष्ट्रीय पर्यटकही या फ्लाइट्स घेतात. बहुतेकदा या फ्लाइट्सच्या सर्व सीट्स भरलेल्या असतात. विमानकंपन्याही या फ्लाइट्सकडे विशेष लक्ष पुरवतात. त्यामुळे त्या ऐन वेळेस रद्द झाल्यात असा अनुभव मला कधीच आलेला नाही. पण मला या शेवटच्या फ्लाइट्स आंतरराष्ट्रीय फ्लाइट्स असल्याप्रमाणे त्यांना महत्त्व द्यावं लागलं आहे. त्यासाठी मी नेहमीच वेळेत पोहोचलो आहे, कारण अशी फ्लाइट चुकणं मला फार महागात पडू शकतं. पण तुम्ही भारतातील दोन लहान शहरांमधील विमानप्रवास करत असाल तर परिस्थिती एकदम वेगळी असते, कारण यासाठी तुम्हाला आधी एखाद्या महानगराला जाणारी कनेक्टिंग फ्लाइट घ्यावी लागते. अशा वेळेस त्या लहान शहरातील फ्लाइट त्या महानगराला वेळेवर पोहोचली तर तुम्हाला तिथून त्या दुसऱ्या शहराला जाणारी फ्लाइट घेता येते. तुम्ही भरपूर वेळ हाताशी ठेवून जरी हा विमानप्रवास केलात तरी कधी कधी तुमच्या योजनेचा धुव्वा उडू शकतो. लहान शहरांना जायची पाळी माझ्यावर क्वचितच येत असली तरी या संदर्भात मला कित्येक त्रासदायक क्षण जगावे लागले आहेत.

एकदा खजुराओला मी संयोजित केलेली कॉन्फरन्स संपल्यावर त्या कॉन्फरन्सला आलेले तीन प्रतिनिधी आणि मी, पहाटे लवकर उठून पन्ना नॅशनल पार्कच्या सहलीला तसेच पांडव प्रपाताला जाऊन येण्याचं ठरवलं.

ही सहल आटोपून आम्ही हॉटेलला आलो, तो एक

वाईट बातमी आमची वाट पाहत होती. ती ही होती की, खजुराओवर दाट धुकं पसरलेलं असल्यानं बाहेरून कोणतीही फ्लाइट तिथं येत नव्हती आणि तिथूनही कोणती फ्लाइट बाहेर जात नव्हती. या गोष्टीमुळे आमचं आपापल्या शहरी परत जाणं लांबणार होतं. कॉन्फरन्समध्ये प्रमुख भाषण केलेला वक्ता माझ्या चेहेऱ्यावरील ताण पाहून म्हणाला, "मुला, यासाठी तू स्वतःला दोष देऊ नकोस, तू तुझ्याकडून व्यवस्थितच बेत आखला होतास. आता हा होणारा विलंब आमच्यातील आणि एअरलाइनमधील गोष्ट आहे." यावर माझं उत्तर होतं, "सर, माझी काळजी ती नाहीये. पण उद्या माझ्या मुलीचा पहिला वाढदिवस आहे आणि त्या पार्टीसाठी आम्ही लोकांना बोलावलंय. आज रात्री मी घरी परतलो नाही तर सगळाच गोंधळ होईल." ते म्हणाले, "काळजी करू नकोस. तसंही भारतात कधीच कशाची खात्री देता येत नाही. त्यामुळे आपल्याला पाहिजे ती गोष्ट ठरावीक वेळात झाली नाही तर काय करायचं याचा दुसरा बेत आपण मनातल्या मनात आधीच आखून ठेवायला हवा. गेली पन्नास वर्षं आपला व्यवसाय मी अशाच प्रकारे सांभाळलाय. आज रात्री दिल्लीला जाणं किती जणांना निकडीचं आहे, याचा शोध घे आणि बस किंवा टॅक्सीनं दिल्लीला जा." जराशा नाखुशीनंच आमच्यातील काही जणांनी कार बुक केली. आमच्या सुदैवानं दुपारपर्यंत धुकंही ओसरलं आणि आम्हाला रात्रीची फ्लाइट घेता आली. माझ्या मुलीच्या वाढदिवसासाठी मला वेळेवर घरी पोहोचता आलं.

माझ्या मते, तुम्ही एखाद्या लहान शहरातून विमानप्रवास करणार असाल तर आपल्या गावी पोहोचल्याच्या दुसऱ्या दिवशीच काही विशेष बेत ठेवू नका. त्या प्रवासाच्या सर्व फ्लाइट्स एकाच कंपनीच्या ठेवा म्हणजे अचानक फ्लाइट

रद्द झाल्यावर एखाद्या ठिकाणी राहावं लागलं तर ते विमानकंपनीच्या खर्चाने होईल.

२५) स्थानांतर करताना वेळेचं महत्त्व जाणा.

आम्ही अनेकदा एका खंडातून दुसऱ्या खंडात सहकुटुंब स्थानांतर केलं आहे. त्यातून एक गोष्ट मी चांगली शिकलो आहे. ती ही की, नव्या ठिकाणी आल्यानंतर आवश्यक गोष्टी घेण्यासाठी आपल्याला जो अमूल्य वेळ खर्च करावा लागतो त्याचं मोल, धंदेवाईक मूव्हर्सकडून सामान पॅक करण्यासाठी खर्चाव्या लागणाऱ्या पैशांपेक्षा जास्त असतं. शिवाय नव्या जागी आल्यावर तुम्हाला शक्य तितक्या लवकर घर लागायला पाहिजे असतं. नवीन जागेसाठी एखादं चित्र, कोच किंवा स्वयंपाकघरात लागणाऱ्या गोष्टी आणण्यापूर्वी आपण किती चर्चा करतो, त्या आणण्यासाठी आपण किती वेळ खर्ची घालतो, ते आठवून पहा. आम्ही अमेरिकेतून इंग्लंडला आलो तेव्हा दोन्ही देशांतील विद्युत दाबातील फरकामुळे आम्हाला आमची बहुतेक विजेची उपकरणं अमेरिकेतच देऊन टाकावी लागली होती. आमच्या इंग्लंडमधील घराची दारं फार लहान असल्यानं आम्हाला आमचं सर्व फर्निचरही तिथंच देऊन टाकावं लागलं होतं. ते बोटीतून इंग्लंडला नेणंही फार महाग पडलं असतं. पण आम्ही आमची कार बोटीनं इंग्लंडला पाठवत असल्यानं स्वयंपाकघरातील सामान, कपडेलत्ते आणि आमच्या मुलींची खेळणी तिच्यातून इंग्लंडला पाठवू शकलो. आमची कार इंग्लंडला येऊन पोहोचली तेव्हा आम्ही सुटकेचा भला मोठा श्वास टाकला. आम्हाला जणू आमच्या जीवनाचा एक महत्त्वाचा अंश परत मिळाला होता. विशेषतः आमच्या मुलीच्या दृष्टीनं तर हे फारच खरं होतं. आपण वारंवार नोकऱ्या व तदनुषंगे स्थाने बदलली तर

मुलांना फारच असुरक्षित वाटू लागतं. पण आपण त्यांच्या परिचयाच्या व वापरातल्या गोष्टी म्हणजेच त्यांच्या आधीच्या जागेतील जीवनाचा एखादा भाग नव्या जागी आणू शकलात, तर त्यांना काही प्रमाणात पूर्वीसारखं सुरक्षित व छान वाटू लागतं.

इंग्लंडमध्ये आल्यावर आम्ही दोघंही नोकरी करत होतो. शिवाय आमच्यावर आमच्या लहानग्या मुलीचीही जबाबदारी होती. त्यामुळे अमेरिकेत होता त्याच्या निम्म्यानंच वेळ आमच्याकडे होता. इंग्लंडला आल्यावर आम्हाला फर्निचर वगैरे खरेदी करण्यासाठी आमचा खूप वेळ खर्च करावा लागला. नंतर आम्ही इंग्लंडमधून भारतात आलो तेव्हा आम्ही तेथील फर्निचरसकट जमतील तेवढ्या वस्तू इथं घेऊन आलो. इंग्लंडमध्ये आम्ही घराची लावालाव करण्यासाठी मूव्हर्सना बोलावलं होतं. इथंही आम्ही घर लावून घेण्यासाठी त्यांना बोलावलं. त्यामुळे वेळ आणि श्रम वाचतात. अजूनही आम्ही इंग्लंडमधीलच फर्निचर वापरतो. ते नवीन दिसत नसेल पण फर्निचर तेच ठेवल्यानं आमचा बराच वेळ वाचला. मुलंही नवीन जागेत लवकर रुळली. आमच्या इंग्लंडमधील घराच्या माळ्यावर ठेवून दिलेल्या किती तरी निरुपयोगी वस्तू इथल्या माळ्यावर अजून तशाच पडून आहेत. जुन्या जागेतील काही वस्तूंचा नव्या जागेत तुम्ही दुसऱ्या काही कामासाठी उपयोग करू शकता. आमच्या इंग्लंडमधील लाकडी फरशीशी रंगसंगत साधेल अशा लाकडी कोट हँगरच्या शोधात मी आणि माझ्या बायकोनं खूप दिवस खर्ची घातले होते. तो कोट हँगर आता आम्ही स्वयंपाकघराच्या बाल्कनीत ठेवला आहे आणि आता त्याला आम्ही कच्च्या केळींचा घड ती पिकेपर्यंत टांगून ठेवायच्या कामी लावला आहे. (फोटोत पहा) बार्बेक्यू करताना पाऊस आला तर उपयोगी पडावी म्हणून आम्ही इंग्लंडमध्ये एक इलेक्ट्रिक हॉटप्लेट घेतली

होती. तिचा उपयोग आम्ही इथं पाहुणे आल्यावर डोसे बनवायला करतो. इंग्लंडमधील झाडाच्या फांद्या छाटायची दुर्बीणयुक्त कात्री आता आम्ही उंच झाडावरील फणस काढायला वापरतो. तुम्ही खेड्यात किंवा लहान शहरात आपलं घर व घरचं म्हणजेच देवाजीचं ऑफिस हलवाल, तेव्हा तेथील नवीन ऑफिस सुरू करण्यापूर्वी हातात एका महिन्याचा अवधी ठेवा. या नवीन ऑफिसमधील सर्व गोष्टी व्यवस्थित सुरू झाल्यानंतरच आपलं आधीचं घर आणि ऑफिस सोडा. भारतातील पद्धतीनुसार आपला बिल्डर बऱ्याचदा ठरलेल्या मुदतीनंतर एका वर्षानं आपलं काम पूर्ण करतो. मुली शैक्षणिक वर्षाच्या सुरुवातीपासून शाळेत जाऊ शकाव्यात यासाठी आम्हाला आलुवातील पहिलं वर्ष भाड्याच्या घरात काढावं लागलं. आमचं अपार्टमेन्ट बनून सामान हलवण्याची वेळ आली तेव्हा बिल्डरनं सांगितलं की, अपार्टमेन्टमधील सर्व गोष्टी व्यवस्थित चालू झालेल्या आहेत. तुम्ही तिथं आपलं ऑफिसही सुरू करू शकता. पण सावधगिरी म्हणून मी दोन महिने भाड्याचं घर आपल्या ताब्यात ठेवलं आणि ऑफिस सामग्रीशिवाय बाकी सर्व सामान आमच्या अपार्टमेन्टमध्ये हलवलं. मी घेतलेली ही सावधगिरी शहाणपणाची ठरली; कारण खरंच एक मोठं संकट तिथं आमची वाट पाहत होतं. आम्ही बिल्डिंगमध्ये सर्वांत आधी राहायला जाणाऱ्यांपैकी एक होतो. आम्ही तिथं राहायला गेल्यानंतर आठवड्याभरातच अचानक व्होल्टेज वाढल्यानं घरातील विजेची सर्व उपकरणं बिघडली. ती सर्व आम्हाला नीट करून घ्यावी लागली. ऑफिस आधीच्याच घरी ठेवलेलं असल्यानं मी तिथून कोणत्याही अडथळ्याशिवाय निर्वेधपणे ऑफिसचं काम करू शकलो. अपार्टमेन्टमधील सर्व गोष्टी खरंच सुरळीत चालू झाल्यावर म्हणजे एका महिन्यानंतर मी माझ्या ऑफिसमधील सर्व गोष्टी

आपल्या स्वतःच्या घरी म्हणजेच नवीन जागेत हलवल्या.

२६) खेड्यात राहत असलात तरी तुम्ही मोठ्या शहरात राहताय, असं वाटलं पाहिजे

माझ्या देवाजीच्या ऑफिसमधील ड्रेस कोड शॉर्ट्स आणि टी शर्ट असला तरी महिन्यातील आठ-दहा दिवस मला शहरातील व्यावसायिक असल्याप्रमाणे राहावं, वागावं लागतं. आम्ही इथं राहायला लागल्यानंतरच्या पहिल्या पावसाळ्यातील एके दिवशी एका बिझनेस ट्रिपसाठी घालायचा बिझनेस सूट निवडण्यासाठी मी कपाट उघडलं. त्याच्यावर बुरशीच्या एका थरानं ठाण मांडलंय, हे पाहून माझ्या काळजाचा ठोकाच चुकला. ही घटना आम्ही राहत होतो त्या भाड्याच्या घरात घडली होती. भिंतीतील लाकडी कपाटाच्या मागच्या भिंतीला पाऊसपाण्यानं व दमट हवेनं ओल आली होती. त्यामुळे हा प्रकार घडला होता. मला त्या ट्रिपला स्पोर्ट्स जॅकेट घालून जावं लागलं होतं. परत येताच मी एक तयार लाकडी कपाट घेतलं आणि ते भिंतीपासून दूर ठेवलं. त्यामुळे माझा कपडे सर्दावण्याचा प्रश्न सुटला.

यानंतरची समस्या होती, चांगला व भरवशाचा ड्रायक्लीनर शोधणं. या बाबतीत बंगळूरला मला फार भयानक अनुभव आला होता. माझा सगळ्यात चांगला सूट माझ्या ड्रायव्हरनं ड्रायक्लीनिंगसाठी एका जवळच्या ड्रायक्लीनरला दिला, तो सूट लाँड्रीहून परत आला तेव्हा आक्रसून खूप छोटा झाला होता. आलुवाला राहायला आल्यावर सुरुवातीला मी मीटिंगसाठी ज्या हॉटेल्समध्ये राहायचो, तिथंच माझे कपडे ड्रायक्लीन करून घ्यायचो. पण हा उपाय कायमचा नव्हता. मला कायमचा उपाय मिळाला एअरपोर्टजवळच्या हॉटेलमध्ये. घरच्या वा कॉटेजच्या ऑफिसमध्ये काही गडबड झाली तर

मी या हॉटेलमध्ये जाऊन माझं ऑफिसचं काम करतो. कामासाठी शहरातून कुणी आलं, तरी मी त्यांना याच हॉटेलमध्ये भेटतो. मी त्या हॉटेलच्या ड्रायक्लीनरबद्दल चौकशी केली तेव्हा मला कळलं की त्या ड्रायक्लीनरची फॅक्टरी माझ्या घराजवळच आहे. मग मी एके दिवशी तिथं गेलो आणि 'तिथं ड्रायक्लिनिंगसाठी कपडे टाकले तर चालेल नं?' असं त्या दुकानाच्या मालकाला विचारलं. त्यानं होकारार्थी उत्तर दिलं. ही फॅक्टरी चोवीस तास काम करते. गेल्या पाच वर्षांत मला या लाँड्रीतून फाइव्ह स्टार हॉटेलच्या गुणवत्तेचं काम खूप कमी दरात करून मिळालेलं आहे. या ड्रायक्लीनिंग कंपनीमुळे नंतर मला गावातील सगळ्यात चांगलं कपड्याचं दुकान मिळालं आणि त्यामुळे मला शहरातील सगळ्यात चांगला शिंपी मिळाला. काही काळानंतर मी लिननचेच कपडे वापरू लागलो. ते कॉर्पोरेट जगातही शोभून दिसतात आणि महानगरांमधील सरकारी वर्तुळातही. यात सगळ्यात चांगली गोष्ट ही घडली की, आता कपडा निवडण्यासाठी मला दोनच गोष्टी पाहाव्या लागतात. रंग आणि कपड्याचा पोत. मग मला अगदी पाहिजे त्या फिटिंग्जचे कपडे दोन आठवड्यांत मिळतात.

❖

देवाजीच्या ऑफिसमधील माझा सोमवार

आलुवा येथे पहाटे पहाटे नदीकिनाऱ्यावरील झाडांवरून हजारो बगळे उडत उडत नदीच्या त्या तीराकडे जातात. सकाळी सहा वाजता मी त्यांच्या कलरवानं जागा होतो. मग मी मनाजोगा चहा करून घेऊन घरातील म्हणजेच देवाजीच्या ऑफिसला जातो. सकाळी सकाळी भारतात काम करण्याचा महत्त्वाचा फायदा हा आहे की, तुमच्या कंपनीच्या अमेरिकेतील मुख्य ऑफिसमधील लोक अजून कॉम्प्युटरवर उपलब्ध असतात. भारतातील बहुतेक वरिष्ठ अधिकारीही पहाटे काम करणं पसंत करतात. माझे सहकारी ऑनलाइन असतील तर मी मजकूर टाइप करून त्यांच्याशी चॅट करतो किंवा माझ्या लॅपटॉपवरून त्यांच्याशी बोलतो. मी सकाळी आठपर्यंत काम करत राहतो. एखाद्या बाबतीत मला वरिष्ठ अधिकाऱ्यांचा निर्णय पाहिजे असेल तर त्यांचा दिवस मीटिंगनं भरून जाण्याआधीच मी त्यांना ई-मेलवर गाठून आपलं काम करून घेतो. माझे दुसऱ्या खंडातील आंतरराष्ट्रीय सहकारी झोपायला जाण्याआधी मी त्यांच्याशी चर्चा करून माझं काम संपवून टाकतो.

एव्हाना माझ्या लहानग्या मुली शाळेला जाण्यासाठी तयार होऊन बसलेल्या असतात. मी आठ वाजता त्यांना त्यांच्या

शाळेच्या बसस्टॉपवर सोडतो आणि तसाच पुढे माझ्या प्रभातफेरीसाठी जातो. बहुतेक दिवशी मी रेल्वे रूळ ओलांडून त्यापलीकडच्या भाताच्या शेतातून नदीकडे जातो. ही जागा आमच्या घरापासून पाचशे मीटर अंतरावर आहे. बहुतेकदा माझा पहिला थांबा असतो, ताजे मासे मिळणारं शिवनचं दुकान!

पकडलेले मासे मच्छीमार सकाळी सकाळी शिवनच्या नदीकिनाऱ्यावरील दुकानात आणून देतात. त्यातील काही मला आवडल्यास मी फिरून घरी येईपर्यंत शिवनने मला आवडलेले मासे माझ्या घरी आणून दिलेले असतात. ते इतके ताजे असतात की, त्याने मासे आणून देईपर्यंत त्यातील काही जिवंत असतात. शिवनच्या दुकानातून बाहेर पडल्यावर मी नदीवरील रेल्वे पुलाच्या फूटपाथवर चालायला लागतो. पुलावर दोन रेल्वे ट्रॅक्स आहेत. मी रेल्वे पूल पार करीपर्यंत त्यातील एका ट्रॅकवरील रेल्वे माझ्याजवळून पुढे जाते. पुलावरून जाणाऱ्या फास्ट ट्रेनचा आवाज आणि दोन बोगींमधील शॉक-ॲबसॉर्बरचा धडधड आवाज मला माझ्या ऑटोमोटिव्ह उद्योगात घालवलेल्या दिवसांकडे घेऊन जातो. मला आठवायचं की, त्या वेळेस खूप जडशीळ मेटॅलिक प्रेस, धातूच्या जाड पत्र्यांना कापताना आणि मग त्यांना मोटरच्या वेगवेगळ्या भागांचा आकार देताना मी कसा पाहत राहायचो. पूल पार केल्यानंतर मी आमच्या शहरातील मुख्य राजवाड्याच्या रस्त्याला लागतो. या रस्त्यावर पाचशे मीटर चालून गेल्यावर साधारणपणे रोज मला माझ्या मुलींची बस दिसते. बसमध्ये माझ्या मुलीही मला दिसतात. या जागी येण्याआधी बसनं सहा मैलांचा फेरफटका मारलेला असतो. इथं येण्याआधी तिला दोन पूल ओलांडावे लागतात. ती वाटेत काही मुलांनाही घेते. माझ्या मुली आणि त्यांच्या मैत्रिणी मला पाहून हात हलवतात. त्यांच्या बसच्या ड्रायव्हरला आणि स्टाफला मी

सकाळी-सकाळी इतक्या घाईनं कुठं चाललोय ते कळत नाही. ते पाहतात की, मुलींना बसमध्ये चढवताना मी अगदी ठीकठाक असतो, पण त्यांना मी पॅलेस रोडला दिसतो तेव्हा घामानं ओलाचिंब झालेला असतो. खेड्यांमध्ये वा खेडेवजा शहरांमध्ये लोक एक तर काम करताना घामाघूम होतात किंवा कुठे तरी जायला उशीर झाला तर घामाघूम होतात. त्यामुळे आपणहून घामाघूम व्हायची माझी कल्पना त्यांच्या गळी उतरत नाही. नंतर मी आलुवा राजवाड्यापलीकडील मालवाहू बोटींच्या धक्क्यापाशी येऊन पोहोचतो. माझं अपार्टमेन्ट नदीपार, या जागेच्या अगदी समोर आहे. एका आंब्याच्या झाडाखाली थांबून मी सभोवार नजर टाकतो. नदीच्या पलीकडे आलुवा शिव मंदिराजवळची लोकांची ये-जा बघतो. त्यांच्या लगबगीला आमच्या अपार्टमेन्ट बिल्डिंगची पार्श्वभूमी असते.

मला मिळालेला हा वेळ मी मोठ-मोठ्या उद्योगसमूहात काम करणाऱ्या गुरूंशी, मार्गदर्शकांशी बातचीत करण्यासाठी राखून ठेवलेला असतो. मोठ-मोठ्या उद्योगसमूहातील सध्याच्या व पूर्वीच्या वरिष्ठ अधिकाऱ्यांचा माझ्यावर लोभ आहे, हे मी माझं सौभाग्य समजतो. या लोकांना फोन करण्यासाठी ही सगळ्यात चांगली वेळ असते, सकाळी साडेआठ ते पावणे नऊ. नवीन दिवसाच्या स्वागतासाठी ते सज्ज झालेले असतात, पण अजून मीटिंगमध्ये किंवा गाठीभेटींमध्ये गुंतलेले नसतात. हे फोन फार कमी वेळाचे असतात, कारण मला जो काही निर्णय घ्यायचा असतो त्याबद्दलचा त्यांचा विशिष्ट सल्ला मला हवा असतो. मी ज्या स्तराच्या लोकांची मीटिंग ठरवत असतो त्यांच्यावर एखाद्या विशिष्ट वक्त्याचा वा अनुभवाचा अपेक्षित प्रभाव पडेल की नाही हे विचारण्यासाठी किंवा माझ्या स्वतःच्या करिअरबद्दल सल्ला घेण्यासाठी मी त्या अनुभवी माणसांना फोन करत असतो. त्यांच्या गाढ्या

अनुभवामुळे त्यांना माझ्या परिस्थितीचा काही क्षणातच अंदाज येतो आणि ते मला सर्वांत चांगला पर्याय सुचवतात.

माझ्या या जागेची शांतता पुढे लवकरच संपुष्टात आली. आमच्या म्युनिसिपालिटीनं मालवाहू बोटींना खूप आवाज करणारी यंत्रं बसवली. मला तिथून फोन करणं अशक्य होऊ लागलं. मग मी पॅलेसच्या पन्नास मीटर अलीकडे दुसरी एक जास्त शांत जागा शोधली. ही जागाही नदीकाठी एका आंब्याच्या झाडाखाली आहे. हे झाड तर पहिल्या झाडापेक्षाही जुनं आहे. ही जागा केरळचे प्रसिद्ध सद्‌गुरू श्री नारायण गुरूंच्या अद्वैत आश्रमाजवळ आहे. नारायण गुरूंनी जातिव्यवस्थेविरुद्ध आजन्म लढा दिला होता. त्यांचा उपदेश होता की, सर्व माणसांची एकच जात आहे, एकच धर्म आहे आणि एकच देव आहे. मी इथं माशांनी पाण्याच्या वर घेतलेली उडी पाहू शकतो. कधी कधी काही भक्त आश्रमातील मंदिराच्या पायऱ्या उतरून प्रार्थना करताना, नदीत भक्तिभावानं डुबकी मारून आपल्या प्रियजनांना श्रद्धांजली देताना दिसतात. नंतर माझ्या मुलींच्या शाळेतील एका प्रीस्टनं मला तिथं इतकी सकारात्मक शक्ती का जाणवते ते सांगितलं. त्यांनी सांगितलं की, त्या जागेवर महात्मा गांधी, रवींद्रनाथ टागोर आणि आचार्य विनोबा भावे श्री नारायण गुरूंना भेटले होते. याच ठिकाणी भारतातील पहिली सर्वधर्म परिषद झाली होती. मला हे समजल्यानंतर मी या जागेला पूर्वीच्या व आताच्या गुरूंशी तादात्म्य साधण्याचं सकाळचं स्थान म्हणू लागलो. माझे आताचे गुरू आहेत माझे व्यवसायगुरू.

माझं आपल्या गुरूंशी बोलण्याचं काम लवकर आटोपलं तर मी वाटेत माझ्या दत्तक शेतावर थोडा वेळ थांबतो. हे केरळ राज्य सरकारच्या मालकीचं सेंद्रिय शेत आहे. एक खूप सक्षम शेतकी अधिकारी या शेताची देखरेख करतो. पंधरा

एकरच्या या शेताच्या तीन बाजूंना नदी वाहत आहे. चौथ्या बाजूला आहेत रेल्वे रूळ. त्यामुळे हे बाकी भूभागापासून अक्षरशः तोडलं गेलेलं बेट आहे आणि म्हणूनच सेंद्रिय शेती करण्यासाठी ते एक आदर्श शेत आहे. मला पाहताच शेतावरील पाळीव कुत्री शेताच्या सुरुवातीलाच माझं स्वागत करतात आणि माझ्या पुढे तुरुतुरु चालत राहतात. ही कुत्री सापांच्या शोधात असतात, त्यामुळे त्यांचं इथं असणं चांगलं आहे, असं शेतावरचे मजूर सांगतात. मी शेताच्या सभोवार फिरून भाताच्या पिकाच्या वेगवेगळ्या अवस्था पाहतो. शेतात काम करणाऱ्या मजुरांशी थोडंफार बोलतो. घरी विकत घेऊन जाण्यासाठी भाजीपाला तयार आहे का, हे पाहतो. मी लहान असताना माझे काका शेतावर अशीच फेरी मारायचे.

इतका वेळ रमतगमत घालवल्यावर आता मात्र मी भराभर चालत घरी जातो. जवळच्या देवळावरून जाताना मला देवळातील पुजारी भेटतात. सकाळची पूजा करून ते नुकतेच बाहेर पडलेले असतात. परत येताना आम्ही इकडचं-तिकडचं बोलतो. त्यांचं घर माझ्या अपार्टमेन्टपासून दोन घरं दूर आहे.

घरी येऊन मी शॉवर घेतो, नाश्ता करतो आणि साडेनऊ, पावणे दहाच्या सुमारास परत कामाला लागतो. मेट्रोतील बहुतेक लोक साठ ते नव्वद मिनिटांच्या त्रासदायक प्रवासानंतर ऑफिसमध्ये येऊन याच वेळी आपलं दिवसाचं काम सुरू करत असतात. माझा उरलेला दिवस कुठल्याही ऑफिसप्रमाणे ई-मेल्स, कॉन्फरन्स कॉल्स, व्हीडिओ कॉन्फरन्सेस, प्रेझेंटेशन्स वगैरे करण्यात जातो. फरक एवढाच आहे की, मला दुपारी घरी शिजवलेलं गरमागरम जेवण मिळतं. कधी कधी जेवणात सकाळी पकडल्या गेलेल्या माशांचं कालवणही असतं. आमच्या घराजवळच्या झाडांवरील बगळे परत येईपर्यंत म्हणजे संध्याकाळी सात वाजेपर्यंत माझं काम चालू असतं. त्यानंतर मी माझ्या छोट्या मुलींशी खेळण्यात

वेळ घालवतो. त्या दुपारी चारलाच शाळेतून घरी परत आलेल्या असतात. साधारण याच सुमाराला माझे मेट्रोतील सहकारी त्यांचा परतीचा त्रासदायक प्रवास सुरू करत असतात.

देवाजीच्या ऑफिसमधील कामाच्या माझ्या या पद्धतीमुळे माझी काम करण्याची शक्ती व उत्पादकता वाढली आहे. मेट्रोत काम करणारे माझे सहकारी ऑफिसला येण्या-जाण्यात जो वेळ घालवतात तो मी वाचवतो. या वाचवलेल्या वेळातील पन्नास टक्के वेळ मी जास्त काम करण्यात खर्ची घालतो आणि उरलेला पन्नास टक्के वेळ आपलं आरोग्य व उत्साह शाबूत राखण्यात घालवतो. मला महिन्यातून साधारण पंधरा दिवस असे मिळतात.

कधी कधी मी माझा फिरायला जायचा रस्ता बदलतो. नदीच्या विरुद्ध दिशेला, आमच्या कॉटेजकडे जातो. या वेळेस मला युनिफॉर्म घातलेली मोठी मुलं शाळेला जाताना दिसतात आणि छोटी मुलं आपल्या आया कपडे धूत असताना तिथंच कालव्याच्या पाण्यात खेळत असताना दिसतात. कधी मधी मला कासवं, मुंगसं व खूपसे पक्षी दिसतात. कॉटेजला पोहोचल्यावर तिथल्या छोट्याशा अंगणात त्या दिवशी घेऊन जाण्यासाठी कढीलिंबाची पानं, पपई, आंबे, फणस, बिलिम्बी, कसव, नारळ, केळी जे काही तयार असेल ते मी घेतो. माझ्या मुलींना उन्हाळ्याची सुट्टी असेल किंवा घरी पाहुणे राहायला असतील तर मी माझी ऑफिसची खोली त्यांच्यासाठी मोकळी करून देतो. या काळात माझं ऑफिस आमच्या कॉटेजच्या माळ्यावर असतं.

देवाजीच्या ऑफिसात स्थळकाळाची सीमारेषा नसणारी टीम काम करते.

एकदा सकाळी सहा वाजता मायक्रोसॉफ्टच्या भारतातील वरिष्ठ अधिकाऱ्यांना आणि मला, रवी वेंकटेसनने एक मेल

पाठवली. त्यात त्यानं लिहिलं होतं की, 'मायक्रोसॉफ्ट कॉर्पोरेटचे सीएफओ ख्रिस लिडेलनी सीएफओ फोरमसाठी जगातील सहा प्रमुख शहरांपैकी एक म्हणून मुंबईची निवड करण्यास होकार दिला आहे. त्यामुळे आता भारतातील सीएफओंबरोबर तिथं सीएफओ फोरम होऊ शकतो. याबाबत तुमचं काय मत आहे ते कळवा.'

कंपनीच्या योजना अमलात आणणाऱ्या सीआयओंच्या प्रशासकीय अधिकाऱ्यांच्या मला मिळणाऱ्या प्रतिसादावरून त्यांना आपल्या आर्थिक अधिकाऱ्यांच्या मनात काय आहे हे जाणून घ्यायला आवडेल, असं दिसत होतं. ख्रिसकडून सीएफओ फोरमसाठी मुंबईची निवड केली जाणं, आम्हाला मिळालेली सुवर्णसंधी आहे असं मला वाटलं. ख्रिसच्या व्यक्तिमत्त्वाचा, विचारांचा सीएफओंवर किती व कसा प्रभाव पडतो हे मी आधी लंडनच्या कॉन्फरन्समध्ये पाहिलेलं होतं. मी लगेच रवीला कळवून टाकलं की, ही एक खूप चांगली संधी आहे आणि सगळे जण तयार असतील तर खूप मोठ-मोठ्या मंडळींच्या या फोरमच्या नियोजनाची जबाबदारी घ्यायला मी तयार आहे. त्या वेळच्या एमडींनीही माझं समर्थन केलं. काही मिनिटांतच म्हणजे मेलिंग लिस्टमधील बऱ्याच जणांनी ही मेल वाचण्याआधीच या फोरमबद्दलचा निर्णय झालेला होता.

सीआयओ व सीएफओं मधील वैचारिक देवाण-घेवाण मोहिमेचं काम मी सुरू केलं. हे एक फार मोठं काम होतं, कारण आमच्या सेल्स टीमला पुढील तीन वर्षांच्या आमच्या बिझनेसच्या दृष्टीने सर्वांत महत्त्वाच्या असणाऱ्या सीएफओंना निवडायचं होतं. माझ्या मार्गदर्शकांना व या उद्योगातील संबंधितांबरोबर विषयांची आणि त्या विषयांवर, आमच्या भारतातील सीएफओंना, स्थानिक व कॉर्पोरेट टीम व लिडेलच्या ऑफिसमधील महत्त्वाच्या लोकांना आवडेल असं बोलू शकणाऱ्या

वक्त्यांची निवड करायची होती. वक्त्यांची व फोरममध्ये येणाऱ्यांची पहिली लिस्ट तयार झाल्यावर मी लिडेलचं ऑफिस व रवीच्या मदतीनं सीएफओ फोरमच्या उत्तम वक्त्यांकडून, आर्थिक समाचारपत्रं व टीव्हीच्या व्यापारवाहिन्यांवरील सुप्रसिद्ध नावे आमच्या फोरमसाठी मिळवण्याचं आश्वासन व वचन मिळवलं. पण वाटलं होतं तेवढे हे फोरम सुरळीत होणार नव्हतं. पहिला बॉंबशेल पडला २ ऑक्टोबर रोजी, गांधी जयंतीच्या दिवशी. मी कारनं चर्चला जात असताना मोबाइल वाजला. मी नंबर पाहिला, तो इंडिया सीएफओ हिरेनचा होता. तो नॅशनल हॉलिडेला फोन करत होता. यावरूनच काम अर्जंट असावं, हे माझ्या लक्षात आलं. चर्चला पोहोचताच मी माझा स्मार्टफोन चेक केला. त्यावरून कळलं की काही वैयक्तिक कारणांमुळे लिडेल भारताचा प्रवास करू शकत नव्हता. त्यामुळे एक तर या फोरमसाठी त्याला डायरेक्ट रिपोर्ट करणारा कुणी तरी येईल किंवा आम्ही आमचा हा फोरम नंतर कधी तरी करावा. मी आयोजित करत असलेला हा सगळ्यात मोठा कार्यक्रम होता आणि कार्यक्रमाला तीन आठवडे राहिलेले असताना कार्यक्रमाचे मुख्य आकर्षण असलेले प्रमुख संचालकच त्यातून स्वतःला वगळत होते. वरिष्ठ अधिकाऱ्यांनी हा कार्यक्रम पुढे ढकलावा की दुसऱ्या कुणाला बोलवून तो पार पाडावा, अशी मला विचारणा केली. मी कार्यक्रम पुढे ढकलावा अशी शिफारस केली, शिवाय लिंडेलची नवीन तारीख चोवीस तासांच्या आत ठरवली तर या नवीन बेतामुळे होणारं आताचं नुकसान कमीत कमी करण्यासाठी आपण काय करू शकू, ते मी त्यांना कळवीन, असंही त्यांना सांगितलं. मी परत फोन करून हिरेन व बाकीच्या वरिष्ठ अधिकाऱ्यांचं मन वळवून त्यांना लिडेलना फोन करायला सांगितलं. मी त्यांना सांगितलं की, हा कार्यक्रम किती भव्य होईल, व्यावसायिक दृष्टीनं किती महत्त्वपूर्ण होईल, हे लिडेलना

आग्रहपूर्वक सांगा आणि त्यांना आपल्या निर्णयावर फेरविचार करायची विनंती करा. पण हिरेननं मला स्पष्ट शब्दांत उपदेश केला, 'हे बघ मित्रा, वरिष्ठ पातळीवरील आयुष्य हे असंच असतं. या पातळीवर 'नाही'चा अर्थ 'नाही' असाच होतो. आता आपल्या हातात काय आहे हे पाहून पुढील वाटचाल करू या. पण तरीही तुझ्या विचाराशी, सूचनेशी मी सहमत आहे. सगळं काही चांगलच होईल, अशी आशा करू या.'

भारतात राहण्याचा एक फायदा हा आहे की, आपण भौगोलिक दृष्ट्या अमेरिकेच्या पॅसिफिक महासागर किनाऱ्यासमोर आहोत. त्यांच्या आणि आपल्या वेळेत बारा तासांचा फरक आहे. त्यामुळे तुमच्या टाइम-झोनमधील तुमचा सहकारी चांगला असेल तर वर सांगितल्याप्रमाणे तुमच्यावर अडचणीचा प्रसंग ओढवलाच तर तुम्ही दोघं मिळून चोवीस तास काम करू शकता. झोपताना तुम्ही आपला बॅटन म्हणजेच आपलं काम समुद्रपारच्या आपल्या सहकाऱ्याच्या हाती देऊ शकता आणि सकाळी उठताच ते परत आपल्या हाती घेऊ शकता. अर्थात यामुळे तुम्हाला कधी कधी आपण झोपलोच नाही, असं वाटू शकतं.

त्या दिवशी माझ्या छोटुकल्या झोपी गेल्यानंतर मी परत कामाला लागलो. माझ्या सीएफओ फोरमच्या अमेरिकन सहकाऱ्याशी, गॅरीशी संपर्क साधल्यावर आम्ही दोघांनी मिळून एक योजना तयार केली. आम्हाला आधी कार्यक्रमाची पुढची तारीख पाहिजे होती. तसेच लिडेलनं स्वतः कार्यक्रमाच्या या बदललेल्या तारखेबद्दल लिहून इतरांनी त्या वेळेस या कार्यक्रमात सहभागी व्हावं, अशी कार्यक्रमाच्या सर्व वक्त्यांना विनंतीवजा मेल पाठवल्यास चांगलं, असं आम्हाला वाटत होतं. मी झोपेतून उठेपर्यंत गॅरी कार्यक्रमाची नवीन तारीख मिळवून त्याबाबत सगळ्यांना कसं कळवावं, याची योजना तयार

ठेवणार होता. मग गॅरी झोपल्यावर मला कार्यक्रमाचं आधी ठरलेलं स्थळ नवीन तारखेला परत मिळवायचं होतं. सर्व वक्त्यांना लिडेलनं काय मेल पाठवावी, याचा कच्चा मजकूर तयार करून कॉम्प्युटर बंद करून मी रात्री साडे अकरा-बाराला झोपलो. दुसऱ्या दिवशी सकाळी साडे सहा वाजता मी परत कॉम्प्युटरद्वारा गॅरीबरोबर बोलत होतो. आम्हाला नवीन तारीख फेब्रुवारीतील मिळाली. शिवाय लिडेलनं फक्त कार्यक्रमाच्या वक्त्यांनाच नाही तर फोरममध्ये उपस्थित राहू इच्छिणाऱ्या पस्तीसच्या पस्तीस सीएफओंना वैयक्तिक ई-मेल पाठवण्याचं मान्य केलं. गॅरीनं आत्तापर्यंत एमआयटीच्या वक्त्यांशी संपर्क साधलाही होता. त्यांना ही नवीन तारीख ठीक वाटत होती. सकाळी आठ वाजेपर्यंत मी ताज महल पॅलेस हॉटेलला फोन करून आपली नवीन तारीख कळवून सीएफओ फोरमचं तिथलं कार्यस्थळ पक्कं करून टाकलं होतं. मुंबईच्या दहशतवादी हल्ल्यानंतर ताज महल पॅलेसचं नूतनीकरण चाललेलं होतं. आमची ही नवीन योजना मी भारतातील वरिष्ठ अधिकाऱ्यांना सांगितली. त्यांनी ती चांगली असून पुढील व्यवस्था करा असं मला सांगितलं. त्या रात्री लिडेलकडून सर्व वक्त्यांना एक ई-मेल गेली आणि दुसऱ्या दिवशी साडेआठ ते साडेनऊच्या माझ्या सकाळच्या फिरण्याच्या वेळेस मी त्यांच्या सेक्रेटरींशी फोनवर बोललो. ठीक साडेनऊ वाजता माझा हेतू साध्य झाला. सर्व वक्त्यांनी आपण फोरमच्या नव्या तारखेस बोलायला येत असल्याचं परत कळवलं. आमची कार्यक्रमाची सूची तीच होती. कार्यस्थळही तेच होतं, फक्त तारीख बदलली होती.

सकाळी दहा वाजता मी परत कामाला बसलो. सीएफओ फोरमला येऊ इच्छिणाऱ्या पस्तीस लोकांसाठी मी ई-मेलचा कच्चा मजकूर लिहिला. त्यातील सर्वांना आकर्षून घेणारं वाक्य होतं, 'पण सर्व वक्त्यांनी नवीन तारखेस येण्याचं कबूल केलेलं

आहे.' दुसऱ्या दिवशी भारतीय वेळेनुसार सकाळी साडेसहा वाजता लिडेलनं सर्वच्या सर्व, पस्तीस लोकांना मेल पाठवली. त्यानंतर तासाभरात जवळ-जवळ पंचवीस लोकांनी आपण या कार्यक्रमाला येणार असल्याचं कळवलं. सर्वांत यशस्वी मॅनेजर सकाळी सकाळी हेच करतात. सर्वांत आधी ते आपली ई-मेल पाहतात. दहा वाजेपर्यंत या नवीन कार्यक्रमासाठी आमच्याकडे तीस जणांचा होकार आलेला होता. गॅरी आणि माझ्या दिवसभराच्या एकत्र प्रयत्नांनंतर बहात्तर तासांच्या आत मुंबईच्या सीएफओ फोरमची गाडी लिडेलसह परत रुळावर आली होती.

पण आणखी एक बॉंब आमच्यावर पडायचा होता. दुसरा बॉंब आमच्यावर पडला, दुसऱ्यांदा ठरवलेल्या या कार्यक्रमाला तीन आठवडे असताना. स्टीव्ह बालमेरकडून मेल आली होती, की ख्रिस्ट लिडेलनं राजीनामा दिला असून मायक्रोसॉफ्टचा नवीन सीएफओ पीटर क्लीन आहे. पहिल्या धक्क्यानंतर मी स्वतःला सावरलं. दोन तासांत परिस्थिती सांभाळली नसती तर आमचं सहा महिन्यांचं काम धुळीला मिळालं असतं. आमच्या ठरवलेल्या वक्त्यांना आणि फोरमला हजर राहणाऱ्या सीएफओंना ही बातमी कळायच्या आत तातडीनं काही तरी करायला हवं होतं. एकदा का त्यांनी मला दिलेल्या अपॉइंट्समेन्ट रद्द केल्या असत्या, तर परत त्यांच्या भरगच्च कार्यसूचीतून त्यांचा वेळ मिळायला मला तीन महिने लागले असते. मग काय? यूएसच्या गॅरीबरोबर विजेच्या गतीनं पुन्हा आणखी काही कामं केली आणि दोन तासांत आम्ही पीटर क्लीनकडून आश्वासन मिळवलं की, तो त्याच्या आधीच्या सीएफओने आम्हाला दिलेल्या वचनाचं पालन करील, ठरल्याप्रमाणे तीन आठवड्यांनी मुंबईच्या सीएमओ फोरमसाठी भारतात येईल. सकाळी नऊपर्यंत मी सर्व वक्त्यांच्या सेक्रेटरींकडून सीएफओ फोरममध्ये ते येतील

असं अभिवचन मिळवलं. सव्वा नऊ वाजता मी वरिष्ठ अधिकारी आणि सेल्स टीमला मेल पाठवली की सीएफओ फोरममध्ये काहीही बदल होणार नाही व कार्यक्रमाचं संचालन मायक्रोसॉफ्टचे नवे सीएफओ पीटर क्लीन करतील. सर्व वक्त्यांनी परत एकदा येण्याचं आश्वासन दिलं. त्या द्रुतगतीच्या हालचालींनी वरिष्ठ अधिकाऱ्यांना आणि कर्मचाऱ्यांना आश्चर्याचा सुखद धक्का बसला. त्यांतील एकानं तर सगळ्यांना मेलही केली की त्यांना अशा झटपट कामाची सवय नाहीये. पण अंगात शिस्त, आपल्या जगभरच्या सहकाऱ्यांबरोबर तत्क्षणी जोडलं जाऊन एकत्र काम करण्यास आवश्यक असलेली टेक्नॉलॉजी, व देवाजीच्या ऑफिसचा आरामशीरपणा असेल तर हे सर्व करणं तितकंसं कठीण नाही. भारतातील प्रमुख सीएफओ अशा तऱ्हेनं पहिल्यांदाच एकत्र आले होते. कार्यक्रम खूप चांगला झाला. माझ्या या कामाचं बक्षीस म्हणून रवी आणि गॅरीनं मला मायक्रोसॉफ्टच्या सीइओंच्या जागतिक परिषदेत सहभागी होता यावं, म्हणून खास परवानगी मिळवली. या परिषदेसाठी बिल गेट्स व स्टीव्ह बालमेर जगभरातील सर्वोत्तम शंभर सीइओंना आमंत्रण देतात. दोन दिवसांसाठी त्यांचं आतिथ्य करतात. या परिषदेत व्यावसायिक जगतातील मोठमोठ्या मातब्बर व्यक्ती उपस्थित असताना माझ्यासारख्या एका नगण्य व्यक्तीला सन्मानानं हजर राहता येणं, ही माझ्या आजपर्यंतच्या व्यावसायिक अनुभवातील सर्वांत मोठी प्रेरणादायी घटना होती. नंतर अठरा तासांत मी माझ्या छोट्या तळ्यातील छोट्या माशाच्या रूपात आलो आणि हा छोटा मासा आपल्या छोट्या तळ्यात सुखनैव तरंगत होता. या छोट्या तळ्याचं नाव होतं देवाजीचं ऑफिस.

❖

माझ्या अनुभवाचा सारांश

१. भारतातील लहान शहरांनी देवाजीच्या ऑफिसची पद्धत का स्वीकारावी?

केरळला परत येऊन तिथून मायक्रोसॉफ्टचं राष्ट्रीय पातळीवरील काम चालू ठेवण्याच्या माझ्या अनुभवावरून मला असं वाटतं की, भारतातील लहान शहरं, परदेशातून परत येऊन आपल्या लहान शहरातून काम करावं यासाठी जास्तीत जास्त तंत्रज्ञांना प्रोत्साहन देण्याची मोठी संधी गमावत आहेत. मोठाल्या नावाजलेल्या बहुराष्ट्रीय कंपन्यांनी आपल्या आय.टी. पार्कमध्ये काम सुरू करावं यासाठी भारतातील सगळी राज्यं त्यांचा पाठपुरावा करत आहेत. पण बहुराष्ट्रीय कंपन्या तिथंच जातील जिथं त्यांना कमीत कमी किमतीत चांगल्यात चांगलं काम करणारी कुशल माणसं मिळतील. भारतीय राज्यांनी बहुराष्ट्रीय कंपन्यांचा हा पाठपुरावा चालू ठेवता ठेवता, उच्च प्रतीच्या तंत्रज्ञांना आपल्या स्वतःच्या शहरातून काम करणं सोपं व्हावं, यासाठीही जास्त प्रयत्न करावेत. सामाजिक व नागरी सुखसुविधांच्या बाबतीत लहान शहरं महानगरांशी स्पर्धा करू शकत नसली तरी सध्याच्या मध्यम फळीच्या

मॅनेजरच्या विशिष्ट आवश्यकतांचा विचार करता, लहान शहरात त्यांना आकर्षित करू शकतील अशा बऱ्याच गोष्टी असतात.

आयटीमधील बहुतेक मध्यम पातळीवरील मॅनेजर्सनी जगाच्या पाठीवर खूप प्रवास केलेला असतो. ते आपली व्यक्तिगत निवड म्हणून भारतात राहत असतात. फार कमी काळात खूप धडपड करून त्यांनी नोकरीच्या आघाडीवर मोठी मजल मारलेली असते. आता त्यांचं लक्ष आपल्या मुलांना शैक्षणिक व सांस्कृतिक स्थिरता देण्याकडे केंद्रित झालेलं असतं. पर्यावरणाच्या शुद्धतेबद्दल ते फार जागरूक असतात. तसंच शहरात राहताना आपल्या मुलांच्या सुरक्षिततेकडे त्यांचं बारीक लक्ष असतं.

बहुतेक लहान शहरं अशा तंत्रज्ञांना आपल्या खूपशा फायद्यांनी आपल्याकडे आकर्षित करून घेतात. त्यात खेड्यांसकट सगळीकडे, बाहेरच्या जगाशी झटपट व चांगल्या तऱ्हेनं जोडणारी इंटरनेटची सोय व शहरातील दगदग व रहदारीपासून दूर पसरलेलं आयटी पार्क्सचं जाळं ही मुख्य आकर्षणं आहेत. शिवाय मोठ्या शहरातील ऑफिसला जाण्यासाठी दिवसाकाठी खर्चावी लागणारी किमान नव्वद मिनिटंही वाचतात. थोडासा मोटारप्रवास केला की, ते प्रसिद्ध पर्यटनस्थळी जाऊन आपल्या सुट्ट्या मजेत घालवू शकतात. पृथ्वीवरील कार्बन डाय ऑक्साइड वाढवण्यातील आपला सहभाग कमी करण्यासाठी, तसंच मुलांच्या सर्वांगीण विकासासाठी ते एखादं शेत आपलं मानू शकतात. महानगरांच्या तुलनेत छोट्या शहरात राहण्याचा खर्चही खूप कमी असतो.

आयटी कंपन्यांमध्ये नेहमी प्रवास करत असणाऱ्या कन्सल्टंट व विक्री विभागाच्या लोकांसाठी, ते ऑफिसमध्ये असतील तेव्हा त्यांच्या कामासाठी राखून ठेवलेलं डेस्क

वापरण्याची सोय असते. ते जेव्हा कधी ऑफिसमध्ये येतात तेव्हा 'हॉट डेस्क' म्हणून राखून ठेवलेल्या ऑफिसमधील मोकळ्या जागी बसून ते आपले लॅपटॉप फोन वगैरे सुरू करतात व त्या जागा आपलं ऑफिस डेस्क म्हणून वापरतात.

मला असं सुचवावंसं वाटतं की, लहान शहरांनी आयटी पार्क्समध्ये अशा 'हॉट डेस्क' च्या जागा निर्माण कराव्यात म्हणजे आयटी इंडस्ट्रीजचे बाहेर देशात काम करणारे लोक आपल्या शहराला भेट देण्यास आले तर त्यांना पैसे देऊन अशा 'हॉट डेस्क'चा आपल्या कामासाठी उपयोग करून घेता येईल. सुरुवातीला मुलांच्या सुट्ट्यांमध्ये इथं आल्यावर ते त्यांचा उपयोग करून घेतील. काही काळानंतर ते आपल्या शहरातील त्यांचा मुक्काम वाढवू लागतील. एकदा का त्यांनी आपल्या शहरातून काम करण्याचे फायदे थोड्या वेळासाठी अनुभवले की, मग जास्त वेळासाठी तिथून काम करायला त्यांना आवडेल. आणि शेवटी ते नेहमीसाठीच आपल्या शहरात परत येतील. यामुळे लहान शहरंही प्रवाशांना आकर्षून घेतील. तंत्रज्ञांचा परिवार, शाळांच्या सुट्ट्यांमधील आपला लहान शहरातील मुक्काम वाढवू शकेल. अशा वेळेस दोन्हीतील एक पालक दिवसा, जवळच्या 'हॉट डेस्क' वरून आपलं ऑफिसचं काम चालू ठेवू शकेल.

प्रवासी भारतीय, एनआरआय, आपल्या उत्पन्नातील साधारण पंधरा टक्के पैसा आपल्या स्वतःच्या शहरात खर्च करतात. तोसुद्धा त्यांच्या राज्यासाठी उत्पन्नाचा एक मोठा स्रोत ठरतो. मग प्रवासी भारतीय तंत्रज्ञ आपल्या स्वतःच्याच शहरात राहून ऑफिसचं काम करू लागले तर ते स्वतःचं शंभर टक्के उत्पन्न आपल्या राज्यातच खर्च करतील. त्यामुळे राज्यातील इतर लोकांनाही नोकरीच्या खूप संधी उपलब्ध होतील. टीव्ही, वर्तमानपत्रं वगैरेमध्ये दिसणाऱ्या जाहिरातींचं

केंद्र लहान शहरात राहणारी कुटुंबं होतील व सोनं-नाणं, लग्नसमारंभांचे पोशाख, साड्या तसंच एनआरआयना लक्षात ठेवून केलेल्या घरांच्या, वृद्धांच्या न्याहरीसाठी दूध, ओट, सुका मेवा वगैरेंच्या मिश्रणानं मिळणाऱ्या शक्तीच्या जाहिराती कमी होत जातील.

मोठ्या उद्योगधंद्यात काम करण्यासाठी मोठमोठ्या शहरात अडकून बसलेल्या उच्च अधिकाऱ्यांसाठी हा एक आशेचा किरण आहे. भारत सरकारनं वेगवान रेल्वेगाड्या व कमी किमतीत विमानतळांनी जोडल्या जाणाऱ्या शंभर स्मार्ट सिटीजची घोषणा केली आहे. ती सत्यात उतरली तर अशा शहरांत राहणाऱ्या तंत्रज्ञांना देवाजीचं ऑफिस तयार करण्यास आणखी शंभर ठिकाणं मिळतील.

२. मोठमोठ्या कॉर्पोरेशन्सनी देवाजीची ऑफिसं का स्वीकारावी?*

(* हा मजकूर इकॉनॉमिक्स टाइम्स मध्ये मी लिहिलेल्या एका कॉलममधून घेतला आहे.)

अगदी प्रामाणिकपणानं, खरंखुरं सांगायचं तर घरून ऑफिसचं काम करायला कुणीही हपापलेले नसतात. आम्हा नोकरदारांना निवडीचं स्वातंत्र्य असेल तर आम्ही आमच्या 'स्वीट होम' मध्ये आणि ऑफिसच्या 'हॉट सीट' मध्ये एक मोठ्ठी चीनची भिंत उभारू. कारण घरून काम करताना घरातील माणसांसाठी तुम्ही अशा विचित्र व्यक्तीत रूपांतरित होता, जी तिथं आहेही; पण घरच्या मंडळींच्या काही कामाचीही नाही. कारण तुमचं डोकं नेहमी लॅपटॉपवर झुकलेलं असतं आणि तुम्ही त्यांना न दिसणाऱ्या लोकांशी बोलत तरी असता किंवा त्यांच्यावर ओरडत तरी असता. शिवाय भारतात

एक बंद पडली तर दुसरी उपलब्ध असावी म्हणून तुम्हाला ब्रॉडबँड व इलेक्ट्रिसिटीसाठी वेगवेगळ्या स्तरांवर वेगवेगळ्या प्रकारची व्यवस्था करावी लागते. हा पर्याय स्वीकारणारी कर्मचाऱ्यांची अत्यल्प टक्केवारीच या विधानाची पुष्टी करते. मग असं असताना, घरून किंवा लांबच्या ठिकाणावरून ऑफिसची कामं करतं तरी कोण? अशा प्रकारे काम करणाऱ्यांचे तीन गट आहेत. ते म्हणजे क्रिएटिव्ह, सर्जनात्मक काम करणारे लोक, वेगवेगळ्या विषयांतील तज्ज्ञ लोक व कौटुंबिक अडचणींना तोंड देणारे दुर्दैवी लोक.

सर्जनात्मक लोक हे अशा प्रकारचे कर्मचारी असतात ज्यांना आपली सर्जनशक्ती मोकळेपणानं वाहत राहावी यासाठी खूपशा मोकळ्या वातावरणाची गरज असते. जिथं बसून त्यांची सर्जनशक्ती खूप जोमानं काम करील अशा जागेकडे ते खेचले जातात. याचं सर्वोत्कृष्ट उदाहरण आहे, अमूल को-ऑपरेटिव्हचे स्वर्गीय कूरियन. भारत सरकारनं त्यांना दिल्लीच्या राष्ट्रीय डेअरी डेव्हलपमेन्ट बोर्ड (एनडीडीबी) चा प्रमुख होऊन भरपूर पैसे मिळवायची लाखमोलाची संधी दिली होती; पण त्यांच्या ऊर्जेचं मुख्य केंद्र होतं, गुजरातमधील 'आणंद' गावचे शेतकरी. त्यामुळे त्यांनी सरकारने त्यांना देऊ केलेल्या त्या महत्त्वाच्या पदाला नकार दिला. शेवटी दुधाच्या बाबतीत भारताला स्वयंपूर्ण करण्यासाठी सरकारनं एनडीडीबीचं मुख्य ऑफिसच आणंदला हलवलं.

एखाद्या विषयातील निष्णात लोक : हे लोक, टॉम फ्रिडमन आणि मायकेल मँडलबॉम यांनी 'दॅट युज्ड टू बी यूएस' (अशी होती अमेरिका) या पुस्तकात ज्यांना आपापल्या क्षेत्रातील कसबी कारागीर म्हटलं आहे, तसे असतात. अशा लोकांकडे विलक्षण कौशल्यांचा अद्वितीय असा संच किंवा आपल्या विषयाचं विशेष ज्ञान असतं. त्यांनी हे कौशल्य वा

ज्ञान आपल्या आयुष्यातील खूप मोठा कालावधी खर्ची घालून मिळवलेलं आणि अधिकाधिक उत्कृष्ट प्रतीचं केलेलं असतं. यासाठी त्यांनी खूप काबाडकष्ट केलेले असतात. हे विशिष्ट कसब वा ज्ञान मिळवण्यासाठी त्यांनी सुरुवातीच्या काळात खूप गोष्टींचा त्याग केलेला असतो. मुख्य म्हणजे ते आपल्या कुटुंबापासून दूर, एकटे राहिलेले असतात आणि आता त्यांनी आपल्या कलेत वा ज्ञान क्षेत्रात असं एक उच्च स्थान गाठलेलं असतं की त्यांनी केलेल्या प्रत्येक गोष्टीत वा योजनेत ते त्यांचा स्वतःचा खास ठसा उमटवू शकतात. त्यांच्या कसबाची वा ज्ञानाची बरोबरी सहजासहजी कुणी करू शकत नाही. त्यामुळे त्यांना, त्यांच्या कामाला त्यांच्या क्षेत्रात प्रचंड मागणी असते. ज्या कुणाला त्यांच्या प्रकारचंच काम करून घ्यायचं असेल, तो अशी माणसं जिथं कुठं असतील तिथं जाऊन त्यांचा शोध घेतात. म्हणूनच हे लोक लांबवरच्या ऑफिसला जाण्यासाठी खर्च केलेला आपला वेळ व त्यांच्या कुटुंबानं गमावलेला वेळ, जेव्हा कधी शक्य होईल तेव्हा आपल्या कुटुंबाला देऊ इच्छितात.

कौटुंबिक अडचणींना तोंड देणारे दुर्दैवी लोक : वैयक्तिक अडचणी, खूप आजारी आई-वडील, मुलांना देखभालीची गरज असणं, पती वा पत्नीचं तात्पुरतं दुसऱ्या शहरात पोस्टिंग होणं आणि त्यांना दूरच्या ठिकाणी राहून काम करता न येणं - उदाहरणार्थ, हॉस्पिटल, फॅक्टरी वगैरे. यांपैकी काहीही कारणांमुळे त्यांना घरूनच काम करावं लागतं. यात मी राजकीय पक्षांनी पुकारलेले संप किंवा पावसाळ्यात नद्यांना अचानक आलेले पूर वगैरे कारणांचा समावेश केलेला नाही; कारण अशा वेळेस कंपन्या आपल्या कर्मचाऱ्यांना ते जिथं असतील तिथून काम करण्याची विनंती करतातच.

पहिल्या दोन गटांना दूर राहून काम करण्यासाठी प्रोत्साहन

न दिल्यास किंवा त्यांना ऑफिसमध्ये येऊन चेहरा दाखवणं सक्तीचं केल्यास ते कंपनीच्या कामासाठी आपली शंभर टक्के शक्ती देऊ शकणार नाहीत. वरील दोन प्रकारच्या लोकांचं काम कंपनीच्या व्यापारिक हितासाठी फार जरुरीचं व महत्त्वाचं असल्यानं त्यांना त्यांच्या इच्छेनुसार काम न करू देण्यानं कंपनीचं नुकसान होतं. कौटुंबिक अडचणीच्या तिसऱ्या गटाला नोकरी व कुटुंब यांतील एकाची निवड नाइलाजानं करावी लागते. ही माणसं व त्यांची ही स्थिती फार दुर्दैवी असते; कारण बहुतेकांच्या बाबतीत त्यांची ही अडचण तात्पुरत्या स्वरूपाची असते.

वेग आणि समन्वय

काही व्यवस्थापकांचं, मॅनेजरचं असं मत आहे की, घरून ऑफिसचं काम केलं तर त्याचा कामाच्या वेगावर व गुणवत्तेवर नकारात्मक परिणाम होतो. पण माझ्या मते घरून काम करणाऱ्यांचं काम जास्त वेगानं होतं. असं पाहा की, आपल्यातील बहुतेक जण हल्ली स्मार्ट फोनच्या अलार्मनं जागे होतात. स्मार्ट फोनला आणखी एकदा स्पर्श करून, आदल्या दिवशी आपण पाठवलेल्या ई-मेलना दुसऱ्या बाजूनं उत्तर आलंय की नाही, हे आम्ही पाहतो. समजा, सकाळी सकाळी आम्हाला एखादी तातडीची मेल मिळाली तर घरून काम करणारे आम्ही लोक हातात वाफाळलेल्या कॉफीचा कप पकडून लगेच कामाला सुरुवात करतो. या प्रकारच्या सोईमुळे कामाचा वेग वाढण्यास फार मदत होते. विशेषतः ज्या कंपन्यांच्या टीम्स वेगवेगळ्या टाइम झोन्समध्ये काम करणाऱ्या विभिन्न देशांत पसरलेल्या असतात, त्यांना तर अशा प्रकारे तातडीनं उत्तर मिळणं फार फायदेशीर ठरतं. आपण सकाळी सात वाजता आपल्या देवाजीच्या ऑफिसमधून सॅन फ्रान्सिस्कोला

राहणाऱ्या सहकाऱ्याला ई-मेल केली तर ती आपल्या बंगळूर ऑफिसमधून सकाळी नऊ वाजता केल्या गेलेल्या ई-मेलपेक्षा चौदा तास वेगानं पोचते. कारण आपली ई-मेल सॅन फ्रान्सिस्कोच्या सहकाऱ्याला त्याचं ऑफिसचं काम संपण्याआधी मिळते तर बंगळूर ऑफिसच्या सहकाऱ्याची मेल, त्याची त्या रात्रीची झोप संपून सकाळी उठल्यावर व सॅन फ्रान्सिस्कोच्या ऑफिसमध्ये पोचल्यावर मिळते, कारण बंगळूर व सॅन फ्रान्सिस्कोच्या वेळेत बारा तासांचा फरक आहे.

आपली पूर्ण टीम एकाच ऑफिसमध्ये नसेल, टीममधील काहीच लोक ऑफिसमध्ये असतील तर आपल्या शारीरिक उपस्थितीपेक्षा, कॉम्प्युटर संपर्काला आवश्यक अशी आपली ऑन लाइन उपस्थिती जास्त महत्त्वाची ठरते. योग्य त्या तांत्रिक सोई व शिस्त यांच्या बळावर घरून काम करणारे लोकसुद्धा शहरातील ऑफिस सहकाऱ्यांप्रमाणेच प्रभावीपणे सांघिक कार्य करू शकतात. कंपनीतील सर्वच कामे घरून तितक्याच चांगल्या प्रकारे करता येणार नाहीत या कंपनीच्या मालकांच्या विचाराशी मी पूर्णतः सहमत आहे. म्हणूनच एखाद्याला ऑफिसचं काम घरून करू द्यावं किंवा नाही याबद्दलच्या निर्णयाची जबाबदारी संबंधित कर्मचाऱ्याच्या मॅनेजरवर किंवा त्याच्या वरच्या मॅनेजरवर टाकावी, कारण त्यांना त्या कर्मचाऱ्याच्या व त्याच्या कामाच्या सफलते-असफलतेबद्दल पूर्ण कल्पना असते.

कर्मचाऱ्यांसाठी घरून काम करणं ही त्यांना मिळालेली एक खास सवलत आहे. त्यामुळे ही संकल्पना यशस्वी करण्याची सर्व जबाबदारी त्यांच्यावरच असते. घरून काम करणाऱ्यांना, ऑफिसमध्ये बसून काम करणाऱ्या कर्मचाऱ्यांपेक्षा अंमळ जास्तच काम करून दाखवावं लागतं. कारण आपण

रोज ऑफिसला जाण्या-येण्याची किमान नव्वद मिनिटं वाचवत असतो. कामाशिवाय आपण टीमला एकत्र आणणाऱ्या कार्यक्रमात तसंच ऑफिसमधील सामाजिक कार्यक्रमात भाग घेण्यास अग्रक्रम द्यायला हवा. मग भले, त्यासाठी आपल्या खिशातून थोडे पैसे खर्च करायला लागोत.

मी माझ्या देवाजीच्या ऑफिसची साठा उत्तरांची कहाणी एका उत्तरात सांगतो. जगाच्या पाठीवर तुम्ही जिथं कुठं काम करत असाल तिथल्या माझ्या भारतीय सहव्यावसायिकांनो, घरी परत या. घरी परत येण्याचा अनुभव सार्थक आहे. अर्थच्या दोन्ही अर्थांनी!

❖

देवाजीचं ऑफिस सुरू करण्यापूर्वी या गोष्टी नीट तपासून घ्या

१) स्वदेशी, घरी परत येण्याचा तुमचा निर्णय अगदी पक्का आहे ना?

२) घरी परत जाण्याचा तुम्हाला ध्यास लागलेला आहे ना? त्या विचारानं तुम्ही रात्र रात्र जागे राहता का?

३) तुम्ही घरी परत जाण्याचा हक्क मिळवलेला आहे ना? त्यासाठीची परीक्षा तुम्ही पास केली आहे ना?

४) आपल्या कुटुंबाचं नीट बसलेलं बस्तान तुम्ही विस्कळीत करू शकता ना?

५) देवाजीच्या ऑफिससाठी तुमच्याकडे सर्वोत्तम जागा आहे का?

अ) आपल्या संबंधित ऑफिसला सहज जाता येईल अशी प्रवास व्यवस्था.

ब) कॉम्प्युटरनं करता येणारा सततचा विश्वासार्ह संपर्क.

क) एकट्यानं काम करण्यासाठी लागणाऱ्या सकारात्मक ऊर्जेचा सतत पुरवठा.

६) ऑफिसच्या कामात कोणत्याही प्रकारचा अडथळा येऊ नये यासाठी तुम्ही पुरेशी पर्यायी पण तितकीच परिणामकारक व्यवस्था करू शकता का? जशी,

अ) इलेक्ट्रिसिटी ब) ब्रॉडबँड

७) दूर राहून ऑफिसचं काम करण्यासाठी लागणाऱ्या तांत्रिक सुविधा तुमच्याकडे व तुमच्या कंपनीकडे आहेत ना? जशा,

अ) सतत कॉम्प्युटरवर राहण्याची सोय.

ब) तत्क्षणी संदेश पाठवण्याची व मिळण्याची सोय.

क) ऑन लाइन ऑडिओ / व्हिडिओ कॉन्फरन्सिंग करता येण्याची सोय.

ड) कॉम्प्युटरच्या डेस्कटॉपवरील माहिती एकमेकांना दाखवता येण्याची सोय.

इ) दूर राहून कॉर्पोरेट ऑफिसमधील माहिती / नेटवर्क उपलब्ध करून घेता येण्याची सोय.

ई) माहितीचा संग्रह करण्यासाठी व तो इतरांना दाखवण्यासाठी क्लाउड सर्व्हिस मिळण्याची सोय.

८) आपलं देवाजीचं ऑफिस तुम्ही साउंडप्रूफ करू शकता का?

९) तुमच्यात घरून काम करण्यासाठी लागणारी शिस्त आहे का?

अ) कुणाच्याही देखरेखीशिवाय आपलं काम व्यवस्थित करत राहणं.

ब) कुटुंब व पाहुण्यांमुळे आलेल्या व्यत्ययाचा कामावर परिणाम न घडू देणं.

१०) घरून काम करूनही तुम्ही आपल्या सहकाऱ्यांच्या व

मॅनेजमेन्टच्या मनातील आपलं स्थान अढळ ठेवू शकता का?

११) आपल्या कंपनीचा तुम्ही स्थानिक दूत बनू शकता का?

१२) आपल्या शहराजवळ नव्यानं सुरू होणाऱ्या उद्योगांना आपलं मानून मार्गदर्शन करण्याचा पर्याय तुम्हाला उपलब्ध आहे का?

१३) तुम्ही कामानिमित्त बाहेरगावी गेलेले असताना आपल्या कुटुंबाच्या संरक्षणाची हमी तुम्ही देऊ शकता का?

१४) आपली लहान शहरात राहणारी मुलं जागतिक स्पर्धेत भाग घेण्यायोग्य व्हावीत, यासाठी तुम्ही त्यांना देण्यासाठी आपला थोडा वेळ बाजूला काढून ठेवू शकता का?

१५) सर्वसामान्य शाळेत आपल्या मुलांनी व्यवस्थित रुळावं यासाठी तुम्ही त्यांना मदत करणार आहात का?

१६) आपल्या सभोवतालच्या लोकांना मदत करायला तुम्ही तयार आहात का?

१७) आपल्या शहरात गेल्यावर आपल्या जवळच्या व दूरच्या नातलगांबरोबर पुन्हा संबंध जोडायला तुम्हाला आवडेल का?

१८) आपल्या कमी गजबज असलेल्या, झोपाळू शहरात परत आल्यावर आपल्यात पुन्हा काही करण्याचा जोम यावा, यासाठी करण्याजोग्या गोष्टी तुमच्याकडे आहेत का?

अ) एखाद्या शेताला आपलं मानून त्यात काही कामं करणं.

ब) आपल्या शहरातील सांस्कृतिक कार्यक्रमात भाग घेणं.

१९) लहान शहराची वाईट, त्रासदायक बाजू सहन करण्याचा लवचीकपणा व आनंदी वृत्ती तुमच्यात आहे का?

अ) सभोवतालचे सहज टाळता येण्याजोगे मृत्यू.

ब) नोकरशाही/ सरकारी कामकाज.

क) जरा जास्त विनम्र होता येणं, धीर, सहनशीलता अंगी बाळगणं.

२०) देवाजीच्या ऑफिसची आर्थिक बाजू तुम्हाला सांभाळता येईल का?

❖

उत्कृष्टता पुरस्कारविजेत्यांबरोबर स्टीव्ह बालमेर (डावीकडून पहिले)

वर्षभर टिकाऊ फणसाचे गरे

माझ्या निवासस्थानी असलेले कार्यालय-
काटकोनात खुर्ची वळवली, की कामापासून विरंगुळ्याचे स्थान

कामासंबंधित आलेल्या पाहुण्यांबरोबर
मी आमच्या घरकुलाच्या पोटमाळ्यावरील या कार्यालयात बसतो.